என் கதை

என் கதை

நிர்மால்யா (பி. 1963)
மொழிபெயர்ப்பாளர்

சிற்றிதழ்களின் மூலம் மொழியாக்கப் பணியைத் தொடங்கியவர். மலையாளத்திலிருந்து பதினைந்துக்கும் மேற்பட்ட நூல்களை தமிழில் மொழிபெயர்த்துள்ளார். 2010இல் மொழிபெயர்ப்புக்கான சாகித்திய அக்காதெமி விருதைப் பெற்றவர். மலையாளத்தைத் தாய்மொழியாகக் கொண்டவர். ஊட்டியில் வசிக்கிறார்.

மின்னஞ்சல்: *nirmalyamani@gmail.com*

கமலா தாஸ்

என் கதை

மலையாளத்திலிருந்து தமிழில்
நிர்மால்யா

காலச்சுவடு பதிப்பகம்

அன்பார்ந்த வாசகருக்கு,

வணக்கம்.

காலச்சுவடு நூலை வாங்கியமைக்கு நன்றி.

நூலின் உள்ளடக்கம், உருவாக்கம், அட்டைப்படம் இன்ன பிற அம்சங்கள் பற்றிய உங்கள் கருத்துகளையும் ஆலோசனைகளையும் காலச்சுவடு வரவேற்கிறது. தகவல், எழுத்து, வாக்கியப் பிழைகள் தென்பட்டால் அவசியம் தெரிவித்து உதவுங்கள். நூல் தயாரிப்பில் கடும் குறைபாடு இருப்பின் மாற்றுப் பிரதி உங்களுக்குக் கிடைக்கக் காலச்சுவடு ஏற்பாடு செய்யும்.

மின்னஞ்சல்: publisher@kalachuvadu.com

காலச்சுவடு நாகர்கோவில் அலுவலகத்திற்குக் கடிதம் அனுப்பலாம்.

தங்கள்
எஸ்.ஆர். சுந்தரம் (கண்ணன்)
பதிப்பாளர் – நிர்வாக இயக்குநர்

Published by arrangement with DC Books, Kottayam

என் கதை ❖ தன்வரலாறு ❖ ஆசிரியர்: கமலா தாஸ் ❖ தமிழில்: நிர்மால்யா ❖ முதல் பதிப்பு: மே 2016, பத்தாம் பதிப்பு: ஏப்ரல் 2025 ❖ வெளியீடு: காலச்சுவடு பப்ளிகேஷன்ஸ் (பி) லிட்., 669, கே.பி. சாலை, நாகர்கோவில் 629001

en katai ❖ Autobiography ❖ Author: Kamala Das ❖ Translated by Nirmalya ❖ Language: Tamil ❖ First Edition: May 2016, Tenth Edition: April 2025 ❖ Size: Demy 1 x 8 ❖ Paper: 18.6 kg maplitho ❖ Pages: 160

Published by Kalachuvadu Publications Pvt. Ltd., 669 K.P. Road, Nagercoil 629001, India ❖ Phone: 91-4652-278525 ❖ e-mail: publications @kalachuvadu.com ❖ Printed at Print Point Offset Printers, Nagercoil 629001

ISBN: 978-93-5244-036-8

04/2025/S.No. 712, kcp 5721, 18.6 (10) ass

பொருளடக்கம்

	முன்னுரை	9
	ஒரு குருவியின் அவலம்	23
1.	நாயாடியின் குழந்தை	31
2.	கண்டுபிடிக்கப்படாத நிலப்பகுதி	36
3.	கல்லறையில் போகன்வில்லா	42
4.	ஒரு பிறந்தநாள் நினைவு	47
5.	காதல் என்ற சொல்லின் பொருள்	52
6.	புச்சு என்கிற ஹிரண்	56
7.	ஒரு ஹிட்லர் காம்ப்ளக்ஸ்	61
8.	நிலையானதும் பாதுகாப்பானதுமான ஓர் அன்புக்காக	67
9.	ஸ்ரீகிருஷ்ணன் – பெண்ணின் கணவன்	72
10.	முகத்தழும்புகள் கொண்ட கந்தர்வச் சிலை	77
11.	வராஹன்	82
12.	ஹரிநிவாஸில் கிளிக்கூடு	89
13.	ஜன்னல்படியில் விளக்கு	93
14.	இருளின் முதல் அத்தியாயம்	97
15.	இருளின் இரண்டாவது அத்தியாயம்	103
16.	பலி மிருகங்கள்	107
17.	வெள்ளித்தட்டு	112
18.	பஞ்சகினி என்கிற கோடைவாசஸ்தலம்	117

19. அழகு என்கிற பருவகாலம்	123
20. நான் நேசிக்கும் பம்பாய்	127
21. ஒழுக்கம், மறுபிறப்பு...	131
22. கல்கத்தா	134
23. மதுபானம்	137
24. சைனீஸ் தேநீர்	141
25. உயிர்த்தெழுந்த பறவை	146
26. அன்னா	151
27. பிறவிகள் என்கிற கண்ணாடிகள்	157

முன்னுரை

உங்களுடையது அல்லாத சுகங்கள் எனக்கு இல்லை
உங்களுக்குத் தெரியாத வேதனைகள் எனக்கு இல்லை
நானும்
'நான்' என்ற பெயரால் அறியப்படுகிறேன்.

— கமலா தாஸ்

மிகைச் சொற்களில் விருப்பமில்லை; நம்பிக்கையுமில்லை. எனினும் இந்த முன்னுரைக்கான வரிகளை எழுதும்போது உணர்ச்சி மேலிடுவதைத் தடை செய்ய முடியவில்லை. 'என் கதை'க்கு முன்னுரை எழுத வாய்த்தது பாக்கியம் என்று நினைப்பதைத் தவிர்க்க முடியவில்லை. ஒருவகையில் இது முன்னுரை அல்ல; நன்றி பாராட்டல். மாதவிக்குட்டிக்கு அல்லது கமலா தாஸுக்கு இரண்டு காரியங்களுக்காக மறைமுகமாகக் கடன்பட்டிருக்கிறேன்; மொழிசார்ந்தும் பார்வை சார்ந்தும்.

முதலாவது அவருடைய எளிமையும் சரளமுமான மொழிக்காக. அவர் பயன்படுத்திய மலையாளமும் ஆங்கிலமும் மிகக் குறைவான சொற்களைக் கொண்டிருந்தவை. பரந்த சொற்களஞ்சியம் கைவசமில்லாத தொடக்கநிலை வாசகனான அன்றைய எனக்கு அவரது மொழி இடைஞ்சலில்லாத வாசிப்புக்குத் துணையாக இருந்தது. மலையாளம் நான் சுயமுயற்சியில்

கற்ற மொழி. அதில் சந்தேகம் எழுமானால் பிற சகாயம் தேட வேண்டும். பள்ளிப் பாடத்துக்கு அப்பாற்பட்ட ஆங்கிலச் சொற்களுக்கு அகராதியை நாட வேண்டும். இவை வாசிப்பின் வேகத்துக்கும் சுவாரசியத்துக்கும் முட்டுக்கட்டையாக இருந்தன. இந்த இடையூறுகள் இல்லாமல் வாசிக்கக்கூடிய எழுத்தாளர்களில் ஒருவராக இருந்தார் மாதவிக்குட்டியும் கமலா தாஸும். வைக்கம் முகம்மது பஷீரின் எளிய மலையாளத்தைப் போல நீரோட்டம் நிரம்பியதாக இருந்தது மாதவிக்குட்டியின் எழுத்து. ஆர்.கே. நாராயணின் 'ஆடம்பர எளிமை' தொனிக்கும் ஆங்கிலத்தை விட எளிமை கொண்டவையாகத் தோன்றின கமலா தாஸின் கவிதைகளும் அன்று அவர் அபூர்வமாக ஆங்கிலத்தில் எழுதிய கதைகளும். அவை முழுமையாகப் புரிந்தன. 'பட்சியின் மணம்' என்ற மாதவிக்குட்டியின் முதலாவது தொகுப்பிலிருந்த கதைகளைச் சிரமமில்லாமல் வாசித்துப் புரிந்துகொள்ள முடிந்தது. அதே சமயத்தில் அவரே மொழிபெயர்த்தோ அல்லது ஆங்கிலத்திலேயே எழுதியோ *இல்லஸ்டிரேட்டட் வீக்லியில்* வெளியாகியிருந்த 'எ டால் ஃபார் த சைல்ட் ப்ராஸ்டிட்டியூட்' *(A Doll for the Child Prostitute)* என்ற கதையை அகராதியின் துணையில்லாமல் ஒரே மூச்சில் படிக்க முடிந்தது; புரிந்துகொள்ளவும் முடிந்தது. வாசிப்பில் நிறைவையும் நம்பிக்கையையும் அளித்த சந்தர்ப்பங்களாக அவை இருந்தன. பிற்காலத்திய விரைவான வாசிப்புக்கு ஆரம்பப் பயிற்சிகளாகவும் இருந்தன.

மாதவிக்குட்டியின் மலையாளமும் கமலா தாஸின் ஆங்கிலமும் குறைந்த சொற்களால் ஆனவை. அந்தக் கையளவு சொற்கள் மூலமே தனது உலகை முழுவதுமாக வெளிப்படுத்த முடிந்தது என்பதில்தான் அவரது மேதைமை துலங்கியது. வார்த்தைகள் குறைவு என்பதால் கூறியது கூறல் என்ற இலக்கியப் பிழை ஒருபோதும் நிகழ்ந்திராத மொழி நடையை உருவாக்கிக்கொண்டார். ஒரு சொல்லைத் திரும்பச் சொல்ல நேர்ந்தால் அதைக் கவிதையின் ஒத்திசைவுடன் பயன்படுத்தினார். 'நான் மலையாளத்தையோ ஆங்கிலத்தையோ இலக்கண சுத்தமாகக் கற்றவள் அல்ல. அதனால் என் களஞ்சியத்தில் சொற்கள் குறைவு. எனவே அவற்றை மிக எச்சரிக்கையுடன் பயன்படுத்தினேன்; உலோபி, நாணயங்களைச் செலவிடுவதுபோன்ற உணர்வுடன்' என்று பிற்கால நேர்காணல் ஒன்றில் குறிப்பிட்டார். காலப்போக்கில் மிகப்பெரும் சொற்களஞ்சியத்துக்கு உடைமையாளரானார் என்பதற்குப் பின்னாளில் இரு மொழிகளிலும் அவர் முன்வைத்த படைப்புகளே சான்று.

தீவிரமான படைப்புகளை வாசக சௌக்கியத்துடன் வெளிப்படுத்தியவர் என்பதே மாதவிக்குட்டியை அல்லது கமலா தாஸை இன்றும் வாசிப்புக்குரிய எழுத்தாளராக நிலைநிறுத்துகிறது. ஆரம்ப காலத்தில் எனக்குக் கிடைத்த இந்த வாசக மதிப்புக்காக அவருக்கு நன்றிக்கடன் பட்டிருக்கிறேன். அதுதான் பின்னர் விரிவும் ஆழமுமான வாசிப்பனுபவங்களுக்கு இட்டுச் சென்றது என்பதை நினைவு கூர்கிறேன்.

வாசகன் என்ற நிலையில் மட்டுமல்ல, எழுத்தாளன் என்ற நிலையிலும் அவரிடமிருந்து கற்றுக்கொள்ள இருந்தன. மொழியைக் கச்சிதமாகவும் செறிவாகவும் கையாள்வது எப்படி என்பதைச் சொல்லிக் கொடுத்த மறைமுக ஆசிரியர்கள் பலரில் அவரும் ஒருவர். மொழிசார்ந்து அவரிடமிருந்து பயின்ற பாடங்கள் இவை. இவற்றை விடவும் பார்வைசார்ந்து அவருடைய எழுத்தின் மூலம் பெற்ற பாதிப்பையே முதன்மையானதாகக் கருதுகிறேன்.

என் தம்பிக்கும் எனக்கும் ஏறத்தாழ இருபது வயது இடைவெளி. தனது நாற்பதையொட்டிய வயதில் அம்மா அவனைப் பெற்றெடுத்தார். நான் அன்று விவரமான கல்லூரி மாணவன். வாழ்வின் ரகசியங்களை இலக்கியம் வாயிலாகப் புரிந்துகொண்டிருந்தவன். அந்தப் பேறு காலத்தில் அம்மாவைப் பார்க்கவே விரும்பவில்லை. உப்பிய வயிறும் அசந்தர்ப்பமான முதுமைக்குக் கட்டியங் கூறும் சோர்வுமாக இருந்த ஜீவனைப் பார்ப்பதே அருவருப்பையும் கூச்சத்தையும் கொடுத்தது. மகப்பேறு மருத்துவமனையில் நான்தான் பிறந்த குழந்தையை முதலில் பார்த்தேன. அப்புறம்தான் அப்பாவே தன் கடைசி வாரிசைப் பார்த்தார். எனினும் வீடு திரும்பிய பின்னர் அம்மாவுடன் பேசவோ அவரைப் பார்க்கவோ பிடிக்கவில்லை. மனம் குமட்டிக் கொண்டிருந்தது. அந்தக் குமட்டல் ஓராண்டுவரை நீடித்தது. என் பாராமுகம் பற்றி வீட்டுக்கு வந்த எவரிடமோ அம்மா குரல் இடறக் குறைப்பட்டுக்கொண்டிருந்ததைத் தற்செயலாகக் கேட்ட பின்னரே குமட்டல் மட்டுப்பட்டது. அம்மாவிடம் ஓரிரு வார்த்தைகளில் பேச ஆரம்பித்தேன். அம்மாவுக்கும் எனக்கும் நடுவிலிருந்த பள்ளத்தில் அப்போது வாசித்துக்கொண்டிருந்த புத்தகத்தின் சில வரிகள் விழுந்து மேடுறுத்திச் சமப்படுத்தின. மலையாள வார இதழில் தொடராக வெளிவந்து பக்கங்களைக் கிழித்துச் சேகரித்துவைத்திருந்த, ஒன்றுக்கும் மேற்பட்ட முறை வாசித்திருந்த படைப்பின் இரண்டாம் பதிப்பு அது.

‘எனக்கு அலறுவதற்குக்கூடச் சமயம் கிடைக்கவில்லை. சூரியனை நினைத்துக்கொண்டு படுத்திருக்கும்போது என்னுடைய

இடது தொடையை உரசிக்கொண்டு என் மூன்றாவது மகன் பிறந்தான். அவன் உரக்க அழுதான்' என்பவை அந்த வரிகள்.

முந்தைய வாசிப்புகளில் எந்தச் சலனமும் இல்லாமல் கடந்துபோன அந்த வரிகள் இப்போது வேறாகப் பொருள் தந்தன. அந்த வரிகளை மிகுந்த நடுக்கத்துடனும் பதற்றத்துடனும் குற்ற உணர்வுடனும் நினைவு கூர்ந்தேன். மூன்று சகோதரிகளுடன் பிறந்தும் அதிகமும் பெண்களின் தோழமையில் வளர்ந்தும் புலப்படாத பெண்ணின் மர்மத்தை அந்த வரிகள் விளக்கின. அந்த வரிகளின் வெம்மையை உதிரத்தில் உணர்ந்தபடி அம்மாவிடம் போனேன். ஓராண்டுக்குப் பின்பு எப்போதும் செல்லமாக அழைப்பது போல அம்மாவின் பெயரைச் சொல்லிக் கூப்பிட்டேன். குழப்பச் சிரிப்புடன் அம்மா என்னை நிமிர்ந்து பார்த்தார்.

சில ஆண்டுகளுக்குப் பிறகு தொலைக்காட்சியில் பணியாற்றிக்கொண்டிருந்தபோது மாதவிக்குட்டியைக் கொச்சியில் அவரது இல்லத்தில் சந்திக்கும் வாய்ப்பு கிடைத்தது. சக ஊழியர் பென்ஸி நாங்கள் பணிபுரியும் தொலைக்காட்சிக்காக மாதவிக்குட்டியைப் பற்றி ஓர் ஆவணப்படத்தை எடுத்தார். அதையொட்டி அந்தச் சந்திப்பு நிகழ்ந்தது. மேதைமையையும் கிறுக்குத்தனத்தையும் குழந்தைமையையும் தாய்மையையும் ஒரே உருவில் கண்ட நாள் அது. பல மணிநேரம் நீண்டிருந்த சந்திப்பில், தயக்கங்கள் மறைந்துபோயிருந்த தருணத்தில் 'என் கதை' வரிகள் என்னை அலைக்கழித்த விதத்தை அவரிடம் சொன்னேன். அன்று அவர் கமலா சுரய்யா ஆகியிருந்தார். பர்தா முகப்பைச் சரிசெய்தபடிக் கேட்டுக்கொண்டிருந்தவர் எதிர் இருக்கையில் உட்கார்ந்திருந்த என்னை அருகில் வரும்படி சைகை செய்தார். சென்றதும் என் இரு கைகளையும் பற்றி தனது இரு கைகளுக்குள் பொத்தி வைத்துக்கொண்டார். 'நம்மள் எல்லாரும் மாலாகமாருதன்னே, செலப்போ செகுத்தான்மாராகுன்னு'[1] என்றார். அதைச் சொல்லும்போது கைகளுக்குள் அதிர்வை உணர்ந்தேன். அது எவர் கரங்களின் அதிர்வு என்று அப்போது தெரியவில்லை. இந்த வரிகளை எழுதும்போதும் அதே அதிர்வை உணர முடிகிறது. இப்போது அது எவர் கரங்கள் ஏற்படுத்திய அதிர்வு என்பதை உணர முடிகிறது. பெண்ணின் சூக்கும உலகை அறிமுகப்படுத்திய ஆளுமை தந்த அதிர்வு என்று இனங்காண முடிகிறது.

இந்த அனுபவத்தின் விளைவாக இன்னொன்றையும் சொல்லலாம். இலக்கியம் கற்பிக்கும் பாடம் வெளிப்படையானதோ

---

1. நாம் எல்லாரும் தேவதைகள்தான். சில சமயம் சாத்தான்களாகி விடுகிறோம்.

பருண்மையானதோ அல்ல; மறைமுகமும் நுட்பமுமானது. அப்படி ஒரு பாடத்தை எனக்குக் கற்பித்த நூல்களில் ஒன்று 'என் கதை'.

மாதவிக்குட்டி அல்லது கமலா தாஸின் இலக்கிய வாழ்க்கையை 'என் கதை' வெளியீட்டையொட்டி இரண்டாகப் பிரிக்கலாம். அவர் எழுதிய இரு மொழிகளிலுமே இந்தப் பிரிவினை நேர்ந்திருக்கிறது. 'என் கதை'க்கு முன்னர் அவர் அந்தந்த மொழிகளில் முக்கியமான எழுத்தாளராகக் கருதப்பட்டார். தன் வரலாற்று நூலுக்குப் பிறகு பிரபலரானார்.

நவீன மலையாளச் சிறுகதையில் மாதவிக்குட்டி முக்கியமான ஆளுமை. தகழி சிவசங்கரப் பிள்ளை, பொன்குன்னம் வர்க்கி, வைக்கம் முகம்மது பஷீர், பி. கேசவதேவ், லலிதாம்பிகா அந்தர்ஜனம் ஆகிய மறுமலர்ச்சி எழுத்தாளர்களின் காலகட்டத்துக்குப் பின்னர் வந்த தன்னுணர்வுக் கதையாளர்களான எம்.டி. வாசுதேவன் நாயர், டி. பத்மநாபன் போன்றவர்களுக்கு நிகரான ஆளுமையாக மதிக்கப்பட்டவர் மாதவிக்குட்டி. எழுத்து வாழ்க்கையின் ஆரம்பக் காலத்தில் எழுதிய சில கதைகளிலேயே தனித்துவத்தை வெளிப்படுத்தினார். இரண்டு ஆண்டுகளுக்கு ஒன்று என்ற வரிசையில் மூன்று சிறுகதைத் தொகுப்புகள் வெளியாயின. ஒன்றுக்கு (தணுப்பு)[2] கேரள சாகித்திய அக்காதெமி விருதும் அளிக்கப்பட்டது. மலையாள இதழ்களில் அவரது கதைகள் தொடர்ந்து வெளிவந்துகொண்டிருந்தன.

ஏறத்தாழ இதே கால அளவில் கமலா தாஸாக ஆங்கிலக் கவிதைகளும் எழுதிவந்தார். இந்திய ஆங்கிலக் கவிதையில் அன்று புகழ் பெற்றிருந்த நிஸிம் எசக்கியேல், ஏ.கே. ராமானுஜன், அடில் ஜெஸ்ஸவாலா, கேகி தாருவாலா, ஜீவ் பட்டேல், பிரித்தீஷ் நந்தி, அரவிந்த் கிருஷ்ண மெஹ்ரோத்ரா முதலானவர்களுடன் முக்கியக் கவிஞராகக் கவனம் பெற்றிருந்தார். இரண்டு தொகுப்புகளுக்குச் சர்வதேசப் பரிசுகளும் வழங்கப்பட்டிருந்தன. கமலா தாஸ் இடம் பெறாத இந்திய ஆங்கிலக் கவிதைத் தொகுப்புகளே இல்லை. *இல்லஸ்டிரேட்டட் வீக்லி*க்கும் அன்று வெளிவந்து நின்றுபோன *யூத் டைம்ஸ்* மாத இதழுக்கும் கவிதைப் பகுதி ஆசிரியராகப் பங்களிப்புச் செய்துவந்தார்.

இவையெல்லாம் மாதவிக்குட்டி அல்லது கமலா தாஸை முக்கிய இலக்கிய ஆளுமையாகக் காட்டின. மலையாளத்திலும்

---

2. குளிர்

ஆங்கிலத்திலும் அவருக்குக் கணிசமான வாசகர்கள் இருந்தனர். 'என் கதை' சுயசரிதை எழுதப்பட்ட பின்பு இரு மொழிகளிலும் வாசகர் எண்ணிக்கை விரிவடைந்தது. எழுதியவரும் முக்கியமான இலக்கியவாதி என்ற நிலையிலிருந்து பிரபல இலக்கியவாதியாக ஆனார்.

'என் கதை'யை மாதவிக்குட்டி முதலில் மலையாளத்தில்தான் எழுதினார். *மலையாள நாடு* வார இதழில் தொடராக வெளி வந்தது. சுயசரிதையின் அறிமுக அத்தியாயம் 'ஒரு குருவியின் அவலம்' வெளிவந்த 1972ஆம் ஆண்டின் *மலையாள நாடு* – ஓணப் பதிப்பு சூடப்பம் போல விற்றுத் தீர்ந்து மறு அச்சு செய்யப்பட்டது. தொடர் வெளிவந்துகொண்டிருந்த காலத்தில் இதழின் விற்பனை ஐம்பதாயிரம் பிரதிகள் கூடியது. மாதவிக்குட்டி பிரபல எழுத்தாளராக அறியப்பட்டார். அதுவரை சீரிய இலக்கிய வாசகர்களின் கவனத்துக்கு மட்டுமே உரியவராக இருந்தவர் வெகுஜன வாசக வட்டத்திலும் தொடர்ந்து விவாதிக்கப்படுபவர் ஆனார். ஏறக்குறைய இலக்கியத் திருவுருவாகவே புகழப்பட்டார். இந்த நட்சத்திர மதிப்பு அவருக்கு நேர்மறையாகவும் எதிர்மறை யாகவும் உதவின. அவரின் கதைகள் புது வாசகர்களை எட்டவும் அதன் வாயிலாக அவர் முன்வைத்த பெண்ணுலகு விரிந்த பார்வைக்குச் செல்லவும் உதவியது. எதிர்மறையாகக் கடும் அவதூறுகளுக்கும் பழிதூற்றல்களுக்கும் அவரை இலக்கு ஆக்கியது. 'என் கதை' வெளிவந்த காலம் முதல் மரணம்வரை அதீதமான பாராட்டு, கேவலமான தூஷணை என்ற இரட்டை நிலை தொடர்ந்தது. மாதவிக்குட்டி அவ்வப்போது இதனால் பாதிக்கப்பட்டார். எனினும் ஒருபோதும் தளர்ந்துவிடவில்லை. தன் நம்பிக்கைகளில் உறுதியாக நின்றார். படைப்பு எழுச்சி குன்றாமல் பார்த்துக்கொண்டார். நேர்ப் பேச்சில் இதைச் சொன்னபோது அவர் சொன்ன பதில் 'அக்கினி பர்வதத்தை ஈரத் துவாலையால் மூட முடியாது'.

மாதவிக்குட்டியின் வருகையின் மூலமே மலையாளப் புனைகதைகளில் பெண்ணுலகின் அழுத்தமும் ஆழமுமான சித்திரங்கள் துலங்கின. பெண்ணை அவளுடைய சுயத்தை வெளிப்படுத்தும் கதாபாத்திரங்களாகச் சித்திரிக்கும் இந்த இயல்பை அவர் முந்திய தலைமுறையைச் சேர்ந்த லலிதாம்பிகா அந்தர்ஜனத்திடமிருந்தும் கே. சரஸ்வதியம்மாவிடமிருந்தும் மறைமுகமாகப் பெற்றிருக்கலாம். நம்பூதிரிப் பெண்களின் ஒடுக்குமுறையை எழுதியவர் லலிதாம்பிகா. அடுத்த தலைமுறையைச் சேர்ந்த சரஸ்வதியம்மா நடுத்தர

வர்க்கப் பெண்களின் நிலையை வெளிப்படுத்தினார். அதன் தொடர்ச்சியாகவே மாதவிக்குட்டியின் கதைகளைச் சொல்ல முடியும். முன்னவர்கள் இருவரும் பெண்ணின் இருப்பையும் வேட்கையையும் வெளிக்காட்டியபோது மாதவிக்குட்டி இந்த இரண்டுடன் அவரின் கலகத்தையும் திறந்து காட்டினார். லலிதாம்பிகா அந்தர்ஜனத்தின் பெண்ணுலகம் நம்பூதிரிப் பெண்களின் தறவாட்டுச் சிறையில் ஒதுங்கியதாகச் சொல்லப்பட்டது. சரஸ்வதியம்மாவின் பெண்சார்பு எழுத்துக்கள் கடும் விமர்சனத்துக்குள்ளாயின. அந்த விமர்சனத்தால் கசந்துபோய் இலக்கியத்துறையை விட்டே விலகினார். வெளி உலகுக்குத் தெரியாமலே வாழ்ந்து மறைந்தார். தன் மீதான விமர்சனங்களைக் கண்டு நொந்துபோன சரஸ்வதியம்மா ஒரு கட்டத்தில் இப்படி சொன்னார்: 'என்ன உலகம் இது? என்ன கேடுகெட்ட காரியத்தையும் செய்யலாம். ஆனால் அதைப் பற்றிச் சொல்லமட்டும் கூடாது என்று ஆட்கள் நினைக்கிறார்கள்'. அந்த நினைப்புக்கு எதிரான கலகமே மாதவிக்குட்டியின் எழுத்து. அந்த எழுத்தில் அவர் கடைபிடித்த அச்சமற்ற நிலைப்பாட்டின் சாட்சியமே 'என் கதை'.

'என் கதை'யில் முன்வைக்கும் விஷயங்களையே மாதவிக்குட்டி அதற்கு முந்திய சிறுகதைகளிலும் கையாண்டிருந்தார். அவை கதைகள் என்பதால் பூடகமாகச் சொல்லப்பட்டிருந்தன. அவருடைய தனி வாழ்க்கை அனுபவங்களைக் கதாபாத்திரங்களுக்கு அளித்து எழுதப்பட்ட கதைகள் அவை. 'என் கதை'யில் அவரே பாத்திரம். அவரின் வாழ்க்கையே களம். அதில் தன்னை, தனது உலகை, தனக்கு நேர்ந்த அனுபவங்களை, தனது உணர்ச்சிகளை, தனது குமுறலை அப்பட்டமாகக் காட்டினார். அதிலிருந்த வெளிப்படையான தன்மையும் சுதந்திர உணர்வுமே அதிர்ச்சியை அளித்தன. ஒரு பெண் இப்படி எழுதலாமா என்று கொந்தளிக்கச் செய்தன. வாசிப்புப் பழக்கமுள்ள மலையாளிகள் நடுவே 'நாலப்பாட்டுத் தறவாட்டைச் சேர்ந்த ஒருவர் இப்படி எழுதலாமா?' என்ற கேள்வியை 'என் கதை' எழுப்பியது.

சாத்வீகக் கவிஞரான பாலாமணியம்மாவின் மகள். பெருமைமிக்க நாளிதழான *மாத்ரு‌பூமி*யின் நிர்வாக இயக்குநரான வி.எம். நாயரின் மகள். இலக்கிய ஆளுமையான நாலப்பாட்டு நாராயணமேனனின் மருமகள். இத்தனை தறவாட்டு மகிமை கொண்ட ஒருத்தி இத்தனை பகிரங்கமாகவா எழுதுவாள் என்று உறவினர்களிடையே ஆற்றாமை. அந்தக் காலகட்டத்தில் மலையாளிகளின் பண்பாட்டு அடையாளங்களில் ஒன்றாகக் கருதப்பட்ட நாலப்பாட்டுத் தறவாட்டில் எழுந்த

புகார் பெரும்பான்மையான கலாச்சாரக் காவலர்களிடமும் எதிரொலித்தது. 'என் உறவினர்கள் தர்மசங்கடப்பட்டார்கள். மகிமை நிறைந்த என் குடும்பத்தின் பெயருக்குக் களங்கம் கற்பித்துவிட்டதாகக் குற்றம்சாட்டினார்கள். எனக்குப் பிரியமான அநேக விஷயங்களை நான் இழக்க இந்தப் புத்தகம் காரணமாக இருந்தது. ஆனால் ஒருநொடி கூட அதை எழுதியது பற்றி நான் வருந்தவில்லை' என்று மாதவிக்குட்டி குறிப்பிட்டார்.

இலக்கிய, கலாச்சாரச் சூழலில் கொந்தளிப்பையும் இதழ் விற்பனையில் பரபரப்பையும் ஏற்படுத்திய 'என் கதை'யின் வாராந்திர வெளியீடு பாதியில் நின்றுவிட்டது ஒரு முரண். சன்மார்க்கர்களின் வற்புறுத்தலாலும் இலக்கியத்துக்குப் புறம்பான செயலாலும் மாதவிக்குட்டி தொடரைப் பாதியிலேயே நிறுத்திக்கொண்டார். இந்த நடவடிக்கை அவரை மேலும் பழிச் சொல்லுக்கு ஆளாக்கியது. அவரை எழுதச் செய்து விற்பனையை அதிகரித்துக்கொண்ட *மலையாளநாடு* இதழ், அவரைப் பழிவாங்குவதற்காக வேறு உத்தியைக் கையாண்டது. நாவலாசிரியர் பம்மனின் கதையைத் தொடராக வெளியிட்டது. 'பிராந்து' (பைத்தியம்) என்ற அந்தக் கதையின் நாயகியாக மாதவிக்குட்டியை மறைமுகமாகச் சித்திரித்தது. 'என் கதை'யில் அவர் பட்டவர்த்தனமாக எழுதியவற்றுக்குப் பம்மனின் நாவல் மலிவான வியாக்கியானங்களைக் கொடுத்தது. முதலில் ஆத்திரமடைந்து வழக்குத் தொடர்வதாக நோட்டீஸ் அனுப்பிய மாதவிக்குட்டி பின்னர் பெருந்தன்மையுடன் விலகினார். அவர் சொன்ன விளக்கத்தைக் கேட்டபோது அவரது குறும்பு விளங்கியது. "'என் கதை' மலையாளத்தில் இருக்கிறவரைக்கும் பம்மனின் சரக்கும் இருக்கும். ஆனால் அதை எப்படிச் சொல்வார்கள்? பஷீரின் 'பால்யகால சகி' மாதவிக் குட்டியின் 'என் கதை' என்று சொல்வதுபோலச் சொல்ல முடியுமா? பம்மனின் பிராந்து என்றுதானே சொல்லப்படும்" என்றார்.

'என் கதை' தொடர் நிறுத்தப்படுவதற்குச் சற்று முன்போ அல்லது நின்ற உடனேயோ கமலா தாஸ் அதை 'மை ஸ்டோரி'யாக ஆங்கிலத்திலும் எழுதினார். எழுபதுகளில் வெளிவந்துகொண்டிருந்த *தி கரண்ட்* வார இதழில் தொடராக வெளியிடப்பட்டது. முன்னமே ஆங்கிலக் கவிஞராக அறியப்பட்டிருந்த கமலா தாஸை மேலும் பிரபலமாக்கியது. அன்று பரபரப்பாக விற்பனையாகிக்கொண்டிருந்த *தி பிளிட்ஸ்* இதழுடன் போட்டியிட *கரண்ட்* இதழுக்கு 'மை ஸ்டோரி'

பெரிதும் உதவியது. *பிளிட்ஸ்* இதழின் முக்கியப் பத்தியாகப் பிரபல ஆங்கில நாவலாசிரியரும் திரைக்கதையாளருமான கே.ஏ. அப்பாஸின் 'கடைசிப் பக்கம்' வெளிவந்துகொண்டிருந்தது. கமலா தாஸின் தொடர் அதை எதிர்கொண்டது. சில வாரங்களில் *கரண்ட்* இதழ் விற்பனையில் *பிளிட்ஸ்ஜ* மிஞ்சியது. "'என் கதை'க்காக மலையாளத்தில் கேட்டதை விட அதிகமான வசவுகளை 'மை ஸ்டோரி' ஆங்கிலத்தில் வாங்கிக் கொடுத்தது. ஆங்கிலம் பேசினாலும் மலையாளத்தில் பேசினாலும் மரபான இந்திய மனம் ஒரே மாதிரித்தான் இருந்தது." இவை கமலா தாஸின் வாசகங்கள்.

இந்த வாசகங்கள் சரியானவைதாம். ஏனெனில் கமலா தாஸ் சமகால மதிப்பீடுகளுக்கு நேர் முரணாகத் தன்னை உருவாக்கிக்கொண்ட படைப்பாளி. அதற்கு 'என் கதை' எடுத்துக் காட்டு. ஒரு படைப்பாளி தனது கலைக்காகவும் ஒரு பெண் தனது இருப்புக்காகவும் தன்னையே ஆகுதி ஆக்கிய செயலுக்கு எடுத்துக்காட்டாகச் சொல்ல கமலா தாஸுக்கு நிகரான இன்னொரு ஆளுமை இல்லை என்றே தோன்றுகிறது. கலாச்சாரமும் ஒழுக்க நெறிகளும் பெண்மீது சுமத்திய எல்லாவற்றையும் அவர் 'என் கதை'யில் கேள்விக்குரியவையாக்கினார். பெண்ணின் இருப்பும் மனமும் அவளது வேட்கைகளும் கனவுகளும் என்னவென்று பகிரங்கப்படுத்தினார். அதுவரை பெண்ணின் இருப்பும் மனமும் மட்டுமே பேசப்பட்ட இலக்கியச் சூழலில் பெண்ணின் உடலையும் அதன் சஞ்சார வேட்கைகளையும் வெளியரங்கமாக்கினார். காதலுக்கும் காமத்துக்கும் புதிய விளக்கங்களை நிர்மாணம் செய்தார். உறவுகளின் பாசாங்கை திரைவிலக்கிக் காட்டினார். அதற்குத் தன்னையே பலியிடவும் செய்தார். உறவுமுறையின் பெயரால் பதினைந்து வயதுக் கமலாவை அவரைவிடப் பல வருடம் மூத்தவரான மாதவ தாஸுக்குத் திருமணம் செய்து வைக்கிறார்கள். தனது முதலிரவைத் 'தோல்வியுற்ற வன்புணர்ச்சி' என்றே அவரால் காண முடிகிறது. அது ஒரு சாட்சியம் என்றே தோன்றுகிறது. ஆண்மைய அமைப்பு பெண்ணின் உடலையும் உணர்வையும் நுகர் பண்டமாகவே கருதும் நிலைக்கு எதிரான சாட்சியம். உடலால் அடிமைப்படுத்தப்பட்ட பெண் உடலையும் இருப்பையும் ஆன்மீகமான தேடலையும் இழக்க நேர்கிறது என்பதை அழுத்தமாகச் சொன்ன சாட்சியம். சரியான பார்வையில் 'என் கதை'யில் தொனிப்பது பெண்ணின் ஒப்புக்கொள்ளல் அல்ல; மாறாகத் தன்னைச் சிறை வைத்திருக்கும் சமூக, கலாச்சார, மத, ஒழுக்க நெறிகளைப் பற்றிய சாட்சியமே கமலா தாஸின்

எழுத்தில் தொனிக்கிறது. பிற ஆடவருடனான காதல், ஓரின விழைவு ஆகியவற்றையும் இதே தொனியிலேயே 'என் கதை' முன்வைக்கிறது. இந்த நூலின் மிக நுட்பமான வலுவும் இன்றும் இதைச் சமகாலப் பொருத்தப்பாடு கொண்டதாக நிலைநிறுத்துவதும் இதுவே. அரிதாக நூலின் பக்கங்களில் புலப்படும் இறைஞ்சலும், சூழலைப் பற்றிய அழுத்தமான சாட்சியமாகவே உருப் பெறுகிறது. இழப்புகள், தனிமை, சமூகக் கட்டுப்பாடுகள் ஆகியவற்றின் நடுவிலிருந்து அன்பையும் மகிழ்ச்சியையும் தேடும் பெண்மையையே 'என் கதை' வெளிப்படுத்துகிறது. எல்லாத் தடைகளையும் கடந்து, விரிந்த வெளியுடன் தன்னைப் பிணைத்துக்கொள்ளும் கருவியாகவே கமலா தாஸ் எழுத்தைக் காண்கிறார். அதனாலேயே தன்னை நேர்மையுடன் வெளிப்படுத்தவும் செய்கிறார். வேறு எந்த மதிப்பீட்டை விடவும் முற்றான அன்பை விரும்பும் பெண்ணுக்கு அது மறுக்கப்படும் நிலையே 'என் கதை'யில் சொல்லப்படுகிறது.

ஆங்கிலத்தில் 'என் கதை' வெளிவந்துகொண்டிருந்த அதே கால அளவில் தமிழிலும் அதன் மொழிபெயர்ப்பு வெளிவந்தது. குமுதம் இதழில் தொடராக வெளியிடப்பட்டது. நூல் வடிவில் மலையாளத்தில் 1973லும் ஆங்கிலத்தில் 1976லும் வெளியாயின. 'என் கதை'யின் மும்மொழி வடிவங்களையும் ஒப்பிட்டு வாசிப்பது அன்று உற்சாகமூட்டும் விளையாட்டாக இருந்தது எனக்கு. தமிழ் மொழிபெயர்ப்பு வெகுஜன வாசகர்களுக்குக் கிளர்ச்சியூட்டும் வகையில் செய்யப்பட்டிருந்தது. படிமங்களும் உருவகங்களும் இலக்கிய விளக்கங்களும் கவித்துவமும் கொண்ட மூலப் பிரதி கிளுகிளுப்பூட்டும் எழுத்தாகக் குறுக்கப்பட்டிருந்தது. தமிழ் வாசகர்களின் கற்புக்கு ஊறு நேர்ந்திடாத வகையில் சொற்கள் இடக்கரடக்கலுடன் பயன்படுத்தப் பட்டிருந்தன.

ஒரு எழுத்தாளரே தன் சுயசரிதையை இரு மொழிகளில் வெவ்வேறாக எழுதியிருக்கிறார் என்ற புகழை அல்லது நிந்தனையைப் பெற்ற நூல் கமலா தாஸின் தன் வரலாறாகவே இருக்கக் கூடும். 'என்டெ கதை'யின் விரிவு என்று 'மை ஸ்டோரி'யைச் சொல்ல வேண்டும். பக்க அளவிலும் விளக்கங்களிலும் இரண்டுக்கும் வேறுபாடுகள் இருக்கின்றன. மலையாளத்தில் இருபத்தியேழு அத்தியாயங்களில் இருநூறு பக்கங்களில் எழுதப்பட்ட வரலாறு ஆங்கிலத்தில் ஐம்பத்துச் சொச்சம் அத்தியாயங்களுடன் முந்நூறு பக்கங்களாக விரிவடைந்திருக்கிறது. இரு மொழியிலும் உள்ள வாசகர்களை

முன்வைத்து இது நிகழ்ந்திருக்கலாம். மலையாள வாசகருக்கு 'நாலப்பாட்டுத் தறவாடு' என்று கேட்டதும் விரியும் மனக் காட்சி ஆங்கில வாசகருக்குச் சாத்தியமில்லை. அவர்களின் புரிந்துகொள்ளலுக்கு உதவியாகப் பல அத்தியாயங்கள் விரித்து எழுதிச் சேர்க்கப்பட்டன. சில அத்தியாயங்கள் நீக்கப்பட்டன. இன்னொரு பக்கம் மலையாளத்தில் எழுதப்பட்ட பகுதிகள் மிகுந்த எச்சரிக்கையுடனும் அதே பகுதிகள் ஆங்கிலத்தில் சர்வ சுதந்திரத்துடனும் எழுதப்பட்டிருக்கின்றன. மலையாளத்தில் தென்பட்ட ஒளிபுகாக் காட்சிகள் ஒளி அநாயாசமாக ஊடுருவித் துலங்கின ஆங்கிலத்தில். இந்த மாற்றத்தை இப்படிச் சொல்லலாம்: மலையாளத்தில் எழுதியதை ஆங்கிலத்தில் இடம்பெறச் செய்யவில்லை; அல்லது ஆங்கிலத்தில் எழுத விருந்ததை மலையாளத்துக்குக் கொண்டுவரவில்லை. 'இது நாவலுக்குப் பொருந்தும்; சுயசரிதைக்குப் பொருந்துமா?' என்ற கேள்விக்குக் கமலா தாஸ் கேட்ட மறு கேள்வி யோசிக்க வைத்தது. 'ஏன் கூடாது? இது என்னுடைய கதைதானே, நடந்த உண்மைகளை நான் சொல்லியிருக்கிறேன். அதே போல நடந்திருக்க வேண்டிய உண்மைகளையும் நானேதானே சொல்லியிருக்கிறேன்? என்னுடைய உண்மையைப் போலவே நான் சொன்ன பொய்களும் உண்மையானவை. அப்படிப் பொய் சொல்லவைத்தது நானில்லையே?'

'**என் கதை**' எழுதப்பட்டு சுமார் நாற்பது ஆண்டுகளைக் கடந்த பின்னர் அதை ஓர் இலக்கியப் பிரதியாக முன்வைக்கும் இந்தத் தமிழாக்கம் வெளிவருகிறது. நண்பர் நிர்மால்யாவின் தமிழாக்கப் பிரதியை மேற்பார்வையிட்டுக் கொண்டிருந்தபோது மேற்சொன்ன எண்ணங்கள் திரண்டு வந்தன. அந்தச் செயல், எனக்கு வியப்பையும் மகிழ்ச்சியையும் அளித்தது. 'என் கதை' தொடர்பாக இவ்வளவு சங்கதிகள் மனதுக்குள்ளே மறைந்திருந்தனவா என்ற வியப்பு. நாற்பது ஆண்டுகளுக்குப் பிறகும் கேள்விகளை எழுப்பக்கூடிய, வாசிப்பில் புதுமை குன்றாத பிரதியாக இருப்பது குறித்த மகிழ்ச்சி.

மலையாளத்திலிருந்து தமிழுக்கு மொழிபெயர்ப்பு மேற்கொள்ளும் நம்பிக்கைக்குரிய சிலரில் நிர்மால்யாவும் ஒருவர். நவீன மலையாள இலக்கியத்தின் முக்கியப் படைப்புகள் சிலவற்றை நேர்த்தியாகவும் உண்மையுணர்வுடனும் தமிழாக்கம் செய்திருக்கிறார். மொழிபெயர்ப்பைச் சடங்காக அல்லாமல் விருப்பத்துடன் செய்திருக்கிறார் என்பதற்குச்

சில உதாரணங்களைச் சொல்லலாம். சாரா ஜோசப்பின் 'ஆலாஹாவின் பெண் மக்கள்', கோவிலனின் 'தட்டகம்', எம். சுகுமாரனின் 'சிவப்புச் சின்னங்கள்', கமலா தாஸின் 'சந்தன மரங்கள்' ஆகிய புனைவெழுத்துகளையும் வைக்கம் முகம்மது பஷீரைப் பற்றி எம்.கே. சானு எழுதிய 'பஷீர் – தனிமையில் பயணிக்கும் துறவி' என்ற திறனாய்வு நூலையும் இந்த உதாரண வரிசையில் சேர்க்க விரும்புகிறேன். 'என் கதை' மொழிபெயர்ப்பு அந்த வரிசையை மேலும் மதிப்புள்ளதாக்குகிறது.

திருவனந்தபுரம் **சுகுமாரன்**
1 மே 2016

என் கதை

ஒரு குருவியின் அவலம்

சில வருடங்களுக்கு முன்பு, ஒரு நாள் பிற்பகலில் என் அறை ஜன்னலின் ஊடாகக் குருவியொன்று உள்ளே பறந்துவந்தது. சுழன்று கொண்டிருந்த மின்விசிறியில் அதனுடைய மார்பு பட்டதும் குருவி சிதறி விழுந்தது. ஜன்னல் கண்ணாடியில்பட்டு சில நிமிடங்கள் ஒட்டிக் கொண்டிருந்தது. குருவியின் நெஞ்சிலிருந்து வடிந்த ரத்தம் கண்ணாடியில் வழிந்தது. இன்று எனது ரத்தம் இந்தக் காகிதத்தில் வழியட்டும். நான் அந்த ரத்தத்தால் எழுதுவேன். எதிர்காலச்சுமை இல்லாத ஒருவரால் மட்டுமே எழுதக்கூடிய விதத்தில் ஒவ்வொரு வார்த்தையாகக் கோர்த்து எழுதுவேன். இதைக் கவிதையென்று அழைக்க விரும்புகிறேன். எனக்குள் அழகான ஓர் எழுச்சியை உருவாக்கி, மேற்பரப்புக்கு மிதந்துவந்து ஒப்பீட்டளவில் உரைநடை என்கிற வலுவான வடிவத்தில் இணையும்போது, வார்த்தைகள் தமது இசையைத் துறந்தபோதிலும் இதைக் கவிதையென்று அழைக்கவே விரும்புகிறேன். இதை எழுதுவதற்கான ஆற்றலைப் பெற வேண்டுமென்று எல்லா நேரத்திலும் நான் ஆசைப்பட்டதுண்டு. ஆனால், கவிதை நமக்காகப் பக்குவத்தை அடைவதில்லை. கவிதைக்கான பக்குவத்தை நாம் பெற வேண்டியிருக்கிறது.

கடும் நோயால் பாதிக்கப்பட்டு மூன்றாவது முறையாக மருத்துவமனையில் அனுமதிக்கப் பட்டிருக்கிறேன். இது அறை எண் 565. கடந்தமுறை நோயுற்றபோதும் இதே அறையில்தான் இருந்தேன். ஆகவே இது வீட்டிற்கான மறுவருகையாகும். இம்முறை மருத்துவர்கள் என்மீது ஆழ்ந்த தயவு

காட்டுகிறார்கள். அவர்கள் என் கையைப் பற்றி என்னருகில் அமர்கிறார்கள். அனாதைக் குழந்தை இறப்பதற்காக வீட்டுக்குத் திரும்பி வந்திருக்கிறது. கதவின்மீது 'வருகையாளர்களுக்கு அனுமதி இல்லை' என்ற பலகை மாட்டப்பட்டுள்ளது. வெள்ளிக்கிழமை நடக்கவிருக்கும் அடுத்த அறுவைசிகிச்சைக்கு என்னை ஆயத்தப்படுத்துகிறார்கள். கடந்த வெள்ளிக்கிழமை நடத்தப்பட்ட அறுவைசிகிச்சையுடன் ஒப்பிடும்போது இது சாதாரணமானது. வருகையாளர்கள் என் படுக்கையின் அருகில் நாற்காலியை இழுத்துப்போட்டு அமரும்போது அவர்களின் வியர்வை நெடியும் சுவாசத்தின் துர்நாற்றமும் என் பக்கமாக வீசியது. இந்த வாடைகள் என்னைச் சங்கடப்படுத்துகின்றன. நான் அவர்களைப் பார்க்கும்போதெல்லாம் அவர்களுடைய உதடுகளின் கேளிக்கை நிறைந்த புன்னகைகள் விரிகின்றன. இத்தகைய காட்சிகளைத் தவிர்ப்பதற்காகவே பெரும்பாலும் நான் மூக்குக்கண்ணாடியைக் கழற்றிவைத்துப் படுப்பது வழக்கம். என் சின்ன மகன் என்னைப் பார்க்க வரும்போது மட்டும் மூக்குக்கண்ணாடியை அணிந்துகொள்வேன். அவன் அடங்கியிருக்கமாட்டான். செவிலியர்களைத் தொந்தரவு செய்வான். பிஸ்கெட் துண்டுகளைத் தரையில் சிதறுவான். நான் ஏன் அவனுடன் வீட்டுக்கு வருவதில்லை என்று விசாரிப்பான். எனது மருத்துவர் என்னைப் பரிசோதிக்க வரும்போதும் மூக்குக் கண்ணாடியை அணிந்துகொள்வேன். நான் அவர் மீது அதீத காதல் கொண்டிருந்தேன். அவருக்கு முப்பத்து ஐந்து வயது இருக்கும். இருப்பினும் அதிக வயதானவராகத் தோற்றமளிப்பார்; வழுக்கை உண்டு. அவர் சொல்வார்: 'என் முகம் அழகாக இல்லை.' நான் அவரது முகத்தைப் பார்த்தேன். மறுக்கும் தொனியில் தலையை அசைத்தேன். அதுவொரு சின்னக்குழந்தையின் முகம். அழப்போகும் ஒரு சிறுவனின் முகம். நான் முகத்தைப் பார்க்கும்போது தாய்ப்பால் சுரப்பதற்கான உக்கிரமான வாஞ்சையால் எனது முலைகள் வலிக்கின்றன. அவரது தாயாக வேண்டுமென்று ஆசைப்படுகிறேன். 'உன் முகம் என்னுள் ஓர் ஆவியாக நிற்கிறது' என்றேன். பென்சன் அன்ட் எட்ஜஸ் சிகரெட்டின் சாம்பல் தரையில் படர்கிறது. அவரது நகம் நேர்த்தியாக வெட்டப்படவில்லை. அவரது தடிமனான விரல்களுக்குச் சிகரெட்டின் நாற்றம். வெகுநேரம் அவரது கைகளை வெறிக்கும்போது தனக்கு ஜலதோஷம் இருப்பதாகச் சொல்லி முகத்தைத் திருப்பி அமர்கிறார்.

இந்த அறைக்குப் பச்சை வர்ணம் பூசப்பட்டுள்ளது. இதுவொரு நீர்த்தொட்டியைப் போன்றிருக்கிறது. ஏர்கண்டிஷனர் ஒரு நீர்உருளையைப்போல முனகுகிறது. சிலசமயம் நண்பர்கள்

எனக்குப் பூக்களைக் கொடுத்து அனுப்புவதுண்டு. எனது செவிலி ஜாடியில் வைக்கப்பட்ட ரோஜாப்பூக்களைக் குளியலறையில் பத்திரப்படுத்துகிறாள். ஜாடியில் செருகப்பட்ட ரோஜாப்பூக்கள் எனக்கு ஜலதோஷத்தை உண்டாக்கும். நான் மிகவும் விரும்பும் ரோஜாப்பூக்களை யாரும் எனக்குக் கொடுத்து அனுப்புவதில்லை. ஒருவேளை இது ரோஜாப்பூக்கள் பூக்கும் பருவமாக இருக்காது. எனக்கு ரோஜாப்பூக்கள் கிடைக்குமானால் நான் தலையணைமேல் ரோஜா இதழ்களைத் தூவுவேன்.

கடந்தமுறை கல்லீரலும் நுரையீரலும் பாதிக்கப்பட்டிருந்தன. இம்முறை இதயமும் கர்ப்பப்பையும் பாதிக்கப்பட்டுள்ளன. நான் நிறையக் குழந்தைகளைப் பெற்றெடுக்க வேண்டும். நான் பலன்தரும் நிலமாக இருந்தேன். எனது கர்ப்பப்பை தரிசாக விடப்பட்ட காரணத்தால் பாலைவனத்தில் கள்ளிச்செடிகள் முளைப்பதைப் போல என் கர்ப்பப்பையில் நரம்புகளும் தசைகளும் பின்னிப்பிணைந்து பிண்டங்கள் முளைத்தன. மாமிசத்தைக் கொறித்துத் தின்னும் செடிகளைப் போன்றிருந்த, அவை எனது ரத்தத்தை உறிஞ்சிக் கொழுத்தபோது எடை குறைந்து வெளிறிப்போனேன். கடந்த மூன்று மாதங்களாக எனக்கு மூச்சுத்திணறல் உள்ளது. அதிகாலையில் லலிதா ஸஹஸ்ர நாமத்தைப் பிரார்த்திக்கும்போது வேர்த்து மூச்சுமுட்டும்.

இங்கு எல்லோரும் என்னிடம் பரிவு காட்டுகிறார்கள். அவர்கள் தினமும் எனக்கு குளுக்கோஸ் தருகிறார்கள். உலகத்தில் மிகப்பெரிய அனாதைக்குச் செல்வாக்கு மிகுந்த மரணத்தைத் தர அவர்கள் தயாராக இருக்கிறார்கள். நான் எப்போதும் அனாதையாக இருந்தேன். ஆன்மீக ரீதியாகவும் உணர்வு ரீதியாகவும் அனாதையாக இருந்தேன். என் கணவரை ஆழமாக நேசித்தபோதிலும் அவரால் என்னை நேசிக்க இயலவில்லை. நேசிக்கத் தெரிந்த ஒரு ஆண்மகனை நான் இன்றுவரை கண்டதில்லை. என் கணவர் உடலுறவு கொள்ளும் போது, உடலுறவின் முடிவில் அவர் தனது கைவளையத்திற்குள் என்னைப் பாதுகாக்க வேண்டுமென்று விரும்பினேன். அவர் எனது முகத்தை வருடவோ எனது வயிற்றில் கைவைக்கவோ செய்திருந்தால் ஒவ்வொரு உடலுறவுக்குப் பின்பும் நான் அனுபவிக்க நேர்ந்த மிதமிஞ்சிய அசட்டை உணர்வு மேலும் அதிகரித்திருக்காது. ஒரு பெண் தனது முதல் கணவரை உதறிவிட்டு வேறோர் ஆணின் படுக்கைக்குச் செல்லும்போது அது முட்டாள்தனமாகவோ ஒழுங்கீனமாகவோ ஆகிவிடாது. அது குரூரமானது. அவள் அவமானப்படுத்தப்பட்டவள்; காயம்பட்டவள்; அவளுக்கு ஆறுதல் அவசியம். ஒருபோதும் என் கணவரின் முன்பு எனக்குக் காமவேட்கை எழுந்ததில்லை.

அவரெதிரில் என் காமவேட்கை எங்கோ போய் ஒளிந்து கொள்கிறது. அறிவாற்றல் மிகுந்த எனது காதலர் என்னிடம் எப்போதும் பித்துப்பிடித்த பாலியல் மோகத்தை எழுப்புகிறார். அவர் என்னைத் திருப்திப்படுத்தியபோதிலும் அவர் திருப்தியடைவதைக் கண்டு மகிழ்ச்சியடைகிறேன். ஒருமுறை உடலுறவுக்குப் பிறகு நான் அரைத்தூக்கத்தில் இருந்தபோது என் கன்னங்களை அழுத்திக்கொண்டிருந்த அவரது உள்ளங்கை சட்டென்று மென்மையடைவதாக எனக்குத் தோன்றியது. அவர் ரகசியமாக மெல்ல எனது பெயரை உச்சரிப்பதைக் கேட்டேன்.

நான் விழித்திருந்தால் அவர் அத்தனை கருணை உள்ளவராக இருந்திருக்கமாட்டார். அதுதான் எனது வாழ்க்கையின் உன்னத நிமிடம். அந்நிமிடத்தில் நான் அனாதை இல்லையென்று எனக்குத் தோன்றியது. ஆனால், அவர் என்னைக் காதலிக்கவில்லை. அவருக்குக் காதல் மீது நம்பிக்கை கிடையாது. 'நாம் உணர்ச்சிவசப்படக் கூடாது' என்றார். அவரை நேசிப்பது பார்வையற்றவனுக்கு நூறு ரூபாயைக் கொடுப்பதைப் போன்றதாகும். அவனுக்கு அதனுடைய மதிப்பு தெரியாது. நான் முட்டாளென்று விளங்கியபோதிலும் நூறு ரூபாய்த் தாளைக் கொடுப்பதில் மகிழ்ச்சியடைந்தேன். அவருக்கு மென்மையான, ரோமம் இல்லாத உடம்பும் ஒரு காட்டெருமையின் வலிமையும் இருந்தது. அவரது வியர்வை எனது வியர்வையைப் போல நறுமணம் கொண்டதாக இருந்தது. எனக்குப் பாலியல் உணர்வு எழும்போது என்னிடம் வெருகுப்பூனையின் மணம் இருப்பதாகச் சொன்னார். நாங்கள் ஆரோக்கியவான்களாக இருந்தோம். ஆழ்ந்த அன்பைக் கொண்டிருந்தோம். காமப்பித்தின் கடலில் நீந்திக் கழித்தோம். அவர் திருப்தியடையும்போது காயம்பட்ட சிங்கத்தைப்போல கர்ஜித்தார். அறை சாத்தப்பட்டிருந்தது. ஏர்கண்டிஷன் செய்யப்பட்டிருந்தது. இருப்பினும், வேலைக்காரர்கள் அந்தச் சத்தத்தைக் கேட்கக்கூடுமென்று அஞ்சினேன். நிலைக்கண்ணாடியின் எதிரில் நின்று ஆடை உடுக்கும்போது, எங்களுடைய கண்கள் கண்ணாடியில் பரஸ்பரம் சந்தித்துக்கொள்வது வழக்கமாக இருந்தது. நானதை மிகவும் விரும்பினேன். ஒட்ட வெட்டப்பட்டிருந்த அவரது தலைமுடியில் நரை தெரிய ஆரம்பித்திருந்தது. வீரியம்மிக்க ஆண்மகனின் இரும்புநிறத்தைக் கொண்ட முடி. அவரது கக்கங்களுக்கு விந்தின் மணம். தளர்ந்த நரம்புகளுக்குக் கிளர்ச்சியூட்டும் மணம். அவர் என்னைச் சந்திக்க மருத்துவமனைக்கு வந்தபோது என்னை முத்தமிடவில்லை. நாங்கள் ஒன்றாக இருக்கும் உலகம் அரற்றலினுடையதும் பைத்தியத்தினுடையதும் காமவெறியினுடையதுமாக இருந்தது. இங்கு நாங்கள் நாங்களாக

இல்லை. அவர் கூறினார்: 'விரைவில் குணமடைந்து திரும்பி வா. நாம் மீண்டும் ஆனந்தத்தை அனுபவிக்கலாம்.' இம்முறை தப்பிவிட்டால் அவரை வியப்பிலாழ்த்துவேன். அவர் ஒருமுறை கூறினார்: 'திறமைசாலி நபர்கள் மிகுந்த பாலியல் வேட்கை கொண்டவர்களாக இருப்பார்கள்; எனவேதான் நீ இப்படி இருக்கிறாய்.' நான் இனிமேல் அவருடன் படுக்கமாட்டேன். வாரத்திற்கொரு முறை எனது மருத்துவரைச் சந்திப்பேன். அவரை எனது கைவளையத்திற்குள் பலநிமிடங்கள் சிறைப்படுத்திக் கொள்வேன். நான் செய்யத் துணிவது இதை மட்டுமே. சோகமாகக் காட்சியளிக்கும் அவரது முகத்தை முத்தமிட்டு நீ ஓர் அழகன் என்கிற உணர்வை ஊட்டுவேன். நானோர் அழகிய பெண்ணாக இருந்திருந்தால் அழகின்மையை ஒரு பிரச்சனையாக எதிர்கொள்ளத் தேவையில்லை. பலமுறை நானோர் அழகி என்கிற உணர்வு என்னிடம் எழுந்ததுண்டு. எனது பெரிய முலைகளைப் புகழ்ந்து பேச ஏதோவொரு முட்டாள் இருக்கத்தான் செய்தான். எனது கணவர் அவற்றை முதல்முறையாகப் பார்த்தபோது திகைப்பில் வாயடைத்துப் போனார். பின்னர் நான் அவற்றைப் பத்திரமாகப் பாதுகாத்து, எனது துருப்புச்சீட்டாகப் பயன்படுத்தத் தொடங்கினேன். நான் இவ்வுலகில் ஆரோக்கியம் மிகுந்த பெண்ணாக இருந்தபோது கலங்கிப் புரண்டோடும் நதியைப் போன்றிருந்தேன். எதையும் பணியவைக்கும் எனது ஆற்றலைப் பற்றிய உணர்வு எனக்கிருந்தது. எனது உதடுகள் இனிமை நிறைந்தவை என்றும் எனது மணம் வசீகரிக்கக் கூடியதென்றும் புரிந்துவைத்திருந்தேன். மருட்சி நிறைந்த பழுப்புநிறக் கண்களும் கட்டுமஸ்தான உடற்கட்டும் கொண்ட அழகான இளைஞனுடன் கிட்டத்தட்ட ஓராண்டு காலம் மெல்லியதொரு காதல் உறவைப் பேணி வந்தேன். இருவரும் சேர்ந்து தெருக்களில் நடந்து செல்வதை வழக்கமாகக் கொண்டிருந்தோம். பார்ப்பவர்கள் எல்லாம் எங்களைத் தம்பதிகளாகக் கருதினார்கள். நாங்கள் உடலுறவு கொள்ளவில்லை. அவர் என்னை வழிபடுவதாகவும் அந்த வழிபாடு ஒரு சாதாரண உறவாக வீழ்ச்சியடைவதை விரும்புவதில்லை என்றும் கூறினார். சிறிது காலத்திற்குப் பிறகு அவருடன் நடந்துசெல்வது அலுப்பைத் தந்தது. அந்த உறவை முறித்துக்கொண்டேன்.

நான் என் குழந்தைகளுக்கு நல்ல தாயாக இருந்தேன். நான் அவர்களுக்கு ஜாலவித்தைகளையும் கனவுகளையும் புரியவைத்தேன். நான் கடிதங்களை எழுதிக் கடவுளின் கையெழுத்திட்டு அவர்களுக்கு அனுப்பினேன். என் பிள்ளைகள் இந்து புராணக்கதைகளின் எல்லாத் தேவர்களுடனும் தேவிகளுடனும் நட்புறவையும் நெருக்கத்தையும்

பேணி வந்தார்கள். ஒருமுறை என் மூத்த மகனுக்குப் பஞ்சகினியின் அண்ணன்மார்களிடமிருந்து ஒரு தேநீர் விருந்துக்கு அழைப்பு வந்தது. நாங்கள் பஞ்சகினியில் விடுமுறை நாட்களைக் கழித்துக்கொண்டிருந்தபோது அச்சம்பவம் நிகழ்ந்தது. எனது தெய்வங்களைப் போலவும் எனது விளையாட்டுப் பொருட்களைப் போலவும் என் பிள்ளைகளை நேசித்தேன். அவர்கள் எனது உலகத்தை ஒரு சொர்க்கப் பூமியாக மாற்றினார்கள்.

எனது பதினைந்து வயதில், பூப்படைந்த காலத்தில் ஓர் இளைஞன் தனது தாயாருடன் ஒரு காமிராவை எடுத்துக் கொண்டு என் வீட்டுக்கு விருந்தாளியாக வந்திருந்தான். நான் வெட்கப்படுபவளாகவும் பக்குவமற்ற கருத்துகளைக் கொண்டவளாவும் இருந்தேன். என்னை யாரும் முத்தமிட்டதில்லை. அழகியென யாரும் என்னைக் குறிப்பிட்டதில்லை. அவனொரு முறை என்னை விக்டோரியா நினைவிடத்திற்கு அழைத்துப் போனான். புகைப்படம் எடுப்பதற்காகப் பல கோணங்களில் நிற்க வைத்தான். எனது மூக்குக்கண்ணாடியை அகற்றிவிட்டுக் கூறினான்: 'நீ அழகி. நான் காமிராவை எடுத்து வந்தது நல்லதாகிப் போனது.' இதைக் கேட்டு நான் வியந்தேன். அவனுடைய காமிராவைப் பார்த்துச் சிரித்தபோது நானொரு திரைப்பட நட்சத்திரமாக எனக்குத் தோன்றியது. ஏற்கனவே எங்கள் உறவினர் ஒருவருடன் எனது திருமண நிச்சயம் நடந்திருந்தது. இல்லாவிடில் நான் அன்று, அவ்விடத்திலேயே அந்த இளைஞனுடன் காதலுறவில் ஈடுபட்டிருப்பேன். பகல் பதினொரு மணிக்கு என்னுடன் ஒரு மரத்தடியில் அமர்ந்து அவன் அன்று புழக்கத்தில் இருந்த காதல் பாடலைப் பாடினான். அவனுடைய உடலுக்கு ரோஸ் நிறம். அவனுக்கு முகப்பருக்கள் இருந்தன. எனது திருமணத்துக்கு வந்திருந்தபோது, கதகளியை ரசிப்பதற்காகத் தன்னருகில் வந்தமருமாறு கேட்டுக் கொண்டான். ஆனால், என் கணவர் படுக்கையறையில் என்னைப் பாதுகாத்து வைத்தார். ஆகவே ஜன்னலருகில் போய் அமர்ந்து தொலைவில் ஒலித்துக்கொண்டிருந்த செண்டை மேளத்தைக் கேட்கவே என்னால் முடிந்தது. நான் நேசித்த அந்த இளைஞனை மிகுந்த ஏமாற்றத்திற்கு ஆளாக்கினேன். என்னை விட அதிகம் வயதுடைய என் கணவர் அந்த இரவில் என்னுடன் மூர்க்கமாக உடலுறவு கொண்டார். அந்த உடலுறவு எனக்கு அதிர்ச்சியையும் தொந்தரவையும் தந்தது. கதகளி நிகழ்ச்சியை ரசிக்கச் சென்ற எனது பத்தொன்பது வயதுக் காதலனின் கரம் பற்ற வேண்டியவள் நான். அன்று நான் திருமணத்திற்கும் பாலுறவுக்கும் தயாராக இருக்கவில்லை. மறுநாள் காலை ஆறு மணிக்கு அவன் மாடிப்படியின் கீழே நின்று என்னை

அழைத்தான். அவன் விடைபெற்றுச் செல்ல வந்திருந்தான். என்னால் பேச முடியவில்லை. என் கண்கள் நிறைந்திருந்தன. ஒரு நிமிட அமைதிக்குப் பிறகு அவன் வெளியேறினான்.

நோய் ஆய்வுக்கூடத்திலிருந்து இளைஞர்கள் எப்போதும் எனது ரத்த மாதிரியை எடுக்க வருவதுண்டு. அவர்களின் பரிசோதனைக்கு ரத்தம் தேவைப்படுகிறது. நேற்று அதனுடைய நிறம் மாறியிருப்பதை நான் கவனித்தேன். அது பழுப்பு நிறமாக இருந்தது. ஆனால், என் ரத்தத்தின் அடிச்சொட்டிலிருந்து எடுக்கப்பட்டதாக இருக்கலாம். கடந்தமுறை நான் இங்கு இருந்தபோது அவர்கள் வெள்ளை அணுக்களைக் கணக்கிட்டுக்கொண்டிருந்தார்கள். காலையில் முரட்டுக்குரலில் ‘கூன், கூன்’ (ரத்தம், ரத்தம்) என்று கூச்சலிட்டு என்னைக் கண்விழிக்க வைப்பதை வழக்கமாகக் கொண்டிருந்தார்கள். இங்கு வந்தபிறகு நான் ஏதோவொன்றின் பகுதியென்ற உணர்வும் யாருக்கோ தேவைப்படுகிறேன் என்கிற உணர்வும் என்னிடம் வளர்ந்திருக்கின்றன. நோய் ஆய்வுக்கூடத்தின் இளைஞர்கள் யதார்த்தத்தில் என்னிடமிருந்து பல தேவைகளை எதிர்பார்க்கிறார்கள்.

இந்த நோய், ஒரு வலிமைமிக்க எதிராளி. மருத்துவர்கள் இதற்கு எந்தப் பெயரைச் சூட்டினாலும் சரி, இந்த மற்போரில் இருசாராரும் மதிப்பிற்குரியவர்கள் என்பதே என் கருத்து.

மருத்துவமனையின் ஒவ்வொரு படுக்கையின்மீதும் ஒரு பனிமூட்டம் கவிந்திருக்கிறது. ஒவ்வொரு நோயாளியையும் மரணபீதி தொல்லைப்படுத்திக் கொண்டிருக்கிறது. வருகை தந்திருக்கும் உறவினர்களிடம் நோயாளியால் வெளிப்படுத்த முடியாத பீதி. கடந்தமுறை நானும் அஞ்சிக்கொண்டிருந்தேன். நான் மணிக்கணக்கில் பிரார்த்தித்தேன். என் பிள்ளைகளைப் பார்க்கும்போது அழுதேன். இம்முறை மீண்டும் ஒரு கெடுவை நீட்டிக்க விரும்புவதுகூட பேராசையென்றே கருதுகிறேன். வாழ்க்கை ஒரு மந்திரஜாலம். அதைப் பருகப்பருக தாகம் அதிகரிக்கும். இந்த வாழ்க்கையும் இந்தக் காதலும் எனக்குப் போதுமென்றாகிவிட்டதெனச் சொல்ல என்னால் ஒருபோதும் இயலாது. பட்டுப்போய்க் கொண்டிருக்கும் ஒரு மரத்தில் தற்செயலாக ஒரு தளிர் துளிர்ப்பதைப்போல இரண்டு வாரங்களுக்கு முன்பு எனது புதிய காதல் எனக்குள் துளிர்த்தது. காலம் தவறிப் பூக்கள் மலர்வதைப் போலவும் மாதவிடாய் நின்ற பிறகு சட்டென்று ரத்தப்போக்கு தொடங்குவதைப் போலவும் இருந்தது அது. கடந்த ஆறு ஆண்டுகளாக என்னைத் தாக்கிய நோய்களும் நோயை மட்டுப்படுத்த நான் உட்கொண்ட

மருந்துகளும் எனது உடலில் ஒரு வறட்சியையும் சிதைவையும் ஏற்படுத்தியிருக்கின்றன. ஆகவே, காதல் மலர்ந்தபோது அதையொரு பேரதிசயமாகவே கருதினேன். இங்கு தரப்படும் தூக்க மாத்திரைகளை உட்கொள்வதைத் தவிர்த்து, இரவில் உறக்கமின்றிக் கிடப்பது இன்பமூட்டும்போது, அவனுடனான என் வாழ்க்கை எத்தனை இன்பமாக இருக்குமென்று யோசித்துக் கொண்டிருக்கிறேன். அவனொரு சூறாவளியைப்போல என்மீது படர்வான்.

ஒருகாலத்தில் வரவேற்புகள் நிகழ்ந்துகொண்டிருந்த ஒரு பெரிய கட்டடத்தைப் போன்றிருந்தது என் உடல். நடனக்கலைஞர்கள் நடனமாடினார்கள். இசைக்கலைஞர்கள் இசை பாடினார்கள். ஒவ்வொரு விருந்தாளியும் மரியாதைக் குரியவர்களாக இருந்தார்கள். ஒவ்வொரு விருந்தாளியும் நலவிவரங்களை உசாவினார்கள். இறுதியில் கட்டடம் இடிந்தபோது சேரிவாசிகள் தங்களுடைய மூட்டை முடிச்சு களுடன் வந்து குடியேறினார்கள். ஒவ்வொரு காலடியைப் பதிக்கும்போதும் அவர்கள் மன்னிப்புக் கோரினர். ‘நாங்கள் இங்கு வந்திருக்கக் கூடாது.’ ஒருகாலத்தில் சுகங்கள் மட்டும் செழித்து வளர்ந்திருந்த இவ்வுடலை நோக்கி, இரவுவேளைகளில் சேரிவாசிகளைப்போல வேதனைகள் குடியேறின. அவர்கள்தாம் புதிய குடியிருப்புவாசிகள். தாங்கள் நிரந்தரமாக வசிக்கவே இங்கு வந்திருக்கிறோம் என்பது அவர்களுக்குத் தெரியும்.

வாழ்ந்துகொண்டிருப்பவர்களின் உலகத்தில் ஒரு காலையும் இறந்தவர்களின் உலகத்தில் அடுத்த காலையும் வைப்பது என்பதே ஒரு மனிதன் ஏற்றுக்கொள்ளக்கூடிய மிகவும் முழுமையான நிலைப்பாடு. அப்போது அவன் சமநிலையை எய்துகிறான். அப்போது அகப்பார்வை வெகுஆழத்தை எட்டுகிறது. அஞ்சுவதற்கு எதுவுமில்லை. தேர்ந்தெடுப்பதற்கான உரிமை அவனுடையது. முயற்சித்தால் விரும்பும் இடத்தை நோக்கி அவன் நகர இயலும். ஆனால், இந்த இரண்டு உலகங்களில் ஒன்றைத் தேர்ந்தெடுப்பது கடினம். எனக்கு வேறு வழி இருக்குமென்றால், நிழல்களின் புலப்படாத வேறொரு உலகமோ ஒரு சந்திர உலகமோ அத்தகைய ஏதோ ஓரிடம் இருக்குமென்றால், நான் இப்போது அங்கு போயிருப்பேன். மற்ற இரண்டுஉலகங்களும் – வாழ்பவர்களுக்கு உரியது. இறந்தவர்களுக்கு உரியது – அழியட்டும் – அழிந்துபோகட்டும்.

1

நாயாடியின் குழந்தை

சமீப காலமாகத் தன்வரலாற்றின் சில பகுதிகளை எழுதிக்கொண்டிருக்கிறேன் என்பதை அறிந்த எனது சுற்றத்தாரில் சிலர் கூறினார்கள், நாற்பது வயதைக்கூடத் தாண்டாத ஒருவர் தன்வரலாற்றை எழுத முற்படக் கூடாது. இந்தக் கருத்துடன் எனக்குச் சற்றும் உடன்பாடு கிடையாது. ஒருவன் நூற்றி இருபது வயதுவரை வாழ்ந்தாலும், அறுபது வயதுவரை வாழ்ந்தாலும் அல்லது முப்பது வயதுவரை வாழ்ந்தாலும் அவனுடைய வாழ்க்கை ஒரு மனிதப்பிறவி என்கிற நிலையில் முழுமை பெற்றதாக இருக்கும்; அதற்கு முதலும் மத்தியப்பகுதியும் முடிவும் இருக்கும். அதில் துயரமும் அழகும் அகோரமும் நிர்ணயிக்கப்பட்ட முதிர்வுடன் லயித்திருக்கும்.

கடந்த ஆறாண்டுகளாகக் கல்லீரல்நோயால் அவதிப்பட்டு வருகிறேன். டெல்லியிலும் பம்பாயிலும் வசித்தபோது எனது நோய் தீவிரமடைந்து சிலகாலம் மருத்துவமனையில் நினைவிழந்து படுத்துக் கிடந்தேன். மரணத்தின் மணியோசை என்று கவிஞன் பாடிப் புகழ்ந்த அந்தப் புனிதநாதத்தை இருமுறை கேட்டேன். மூன்றாவது மணியடிக்கும்போது எனது புகைவண்டி நடைமேடையை விட்டு இரைத்தபடி முன்னோக்கி நகர்வதாக எனக்குத் தோன்றுகிறது. இதை அவசரமாக எழுதத் தொடங்குவதற்கான முக்கியக் காரணமும் அதுதான்.

மனித மனத்தை முழுமையாகவும் நுட்பமாகவும் கற்றுக் கொள்ள நான் எப்போதும் முயன்றதுண்டு. பத்துவயதிலிருந்து நான் எழுதத் தொடங்கிய கதைகளை உங்களில் சிலர் படித்திருக்கக் கூடும். இனி எனது சொந்தக் கதையைச் சொல்லித் தருகிறேன். விதியை எதிர்த்தும் பின்னர் விதியின்மையை எதிர்த்தும் முடியும் ஓர் அற்ப வாழ்க்கையின் கதை. தத்துவவாதியான நீட்ஷே ஒருமுறை கூறினார், ஓர் எழுத்தாளர் தனது ரத்தத்தால் எழுதிய வார்த்தைகளுக்கு மட்டுமே மதிப்பளிப்பேன். ரத்தம் கலப்படம் அற்றது. அதில் அவனுடைய ஆத்மாவின் சாரம் கரைந்திருக்கிறது. அது ஆத்மார்த்தத்தின் குறியீடாகும். எனது மனத்தை உற்று நோக்கியபடி யதார்த்தவாதிகளும் நீதிமான்களும் நலம்விரும்பிகளும் முணுமுணுப்பதைப் பொருட்படுத்தாமல் மிகுந்த நேர்மையுடன் இக்கதையை எழுதுவதற்கான வலிமையையும் தைரியத்தையும் தருமாறு இன்று ஸ்ரீகிருஷ்ணனை பிரார்த்திக்கிறேன்.

நான் ஸ்ரீகிருஷ்ணனை முதன்முறையாகக் கல்கத்தாவில் பார்த்தேன். நாங்கள் அன்று பார்க் தெருவில் இருந்த ஒரு மோட்டார் கம்பெனியின் மாடியறைகளில் ஒன்றில் வசித்து வந்தோம். நாற்பத்தாறு படிக்கட்டுகளை ஏறியதும் எங்கள் வரவேற்பறையைக் காணலாம். அப்பாவும் அம்மாவும் காந்தியின் சீடர்களாக இருந்தமையால் அந்த அறையில் வெகு எளிய அலங்காரங்கள் மட்டுமே இருந்தன. வெள்ளைக்கதர்த் துணிகளாலான திரைச்சீலைகள், ஒட்டகத்தின் நிறத்தாலான ஒரு தரைவிரிப்பு, ரோஸ் மரத்தாலும் பிரம்பாலும் உருவாக்கப்பட்டிருந்த மூன்று சோஃபாக்கள், பித்தளைத் தட்டு பதிக்கப்பட்ட ஒரு வட்டமேசை, மேசையின்மீது செம்பாலான ஒரு பூஜாடி. தினந்தோறும் காலை ஏழு மணிக்குத் தோட்டக்காரன் பூக்களை எடுத்துவந்து எந்த அழகியல் உணர்வும் இல்லாமல் அந்த செம்பு ஜாடியில் திணித்துவிட்டுப் போவான். பெரும்பாலான நாட்களில் எங்கள் வீட்டின் அருகில் இருக்கும் பழைய ஐரோப்பியக் கல்லறைத்தோட்டத்தின் ஓரங்களில் வளர்ந்து நிற்கும் சாமந்திப் பூக்களையே அவன் பறித்துவருவான். வடக்குப் பக்கமாக ஜன்னல் அமைந்திருந்த கடைக்கோடி அறையே எங்கள் படுக்கையறை. அதனுடைய இடது பக்கச் சுவரையொட்டிப் போடப்பட்டிருந்த இரட்டைக் கட்டிலில் குறுக்கும்நெடுக்குமாக நானும் அண்ணனும் அம்மாவும் இரண்டு பக்கமாகப் படுத்துத் தூங்குவோம். ஒருநாள் ஜுரம் பாதித்துப் பள்ளிக்கூடத்திற்குப் போகாமல் வீட்டில் படுத்துக்கொண்டிருக்கும்போது, கிட்டத்தட்ட பதினோரு மணிக்கு, நான் எங்களின் நிறம் மங்கிய சுவரின்மீது சில நிழல்கள் அசைவதைக் கண்டேன். கட்டிலின் அடியிலிருந்து

ஒருவன் பெருக்கிக் கொண்டிருக்கும் சத்தத்தை என்னால் கேட்க முடிந்தது. தாமதமின்றிச் சுவரில் எங்கோ ஒரு தாழ்ப்பாள் நீக்கப்படுவதாகவும் ஒரு கதவு திறக்கப்படுவதாகவும் எனக்குத் தோன்றியது. அதன்பிறகு அந்த நான்கு சுவர்களின் வழியாக வண்ணங்கள் சூழ ஸ்ரீகிருஷ்ணனும் தோழர்களும் பசுக்களும் பசுக்கன்றுகளும் ஊர்வலமாக மெல்ல நகரத் தொடங்கினார்கள். பனித்துளிகளின் ஊடாகக் காணக்கூடிய மங்கல் அவர்களின் முகங்களில் இருந்தது. விழிகளை மூடியபோதிலும் பசுக்களின் கழுத்துமணிகளின் ஓசையைக் கேட்டுக்கொண்டிருந்தேன். என் தாயார் திகைத்துப்போனார். மூன்று நாட்களுக்கு அந்தக் கனவுக் காட்சி எனது படுக்கையறையில் நிலைத்திருந்தது. பின்னர் நான் ஒருபோதும் கிருஷ்ணனின் அழகிய முகத்தைப் பார்த்ததில்லை. ஏற்கனவே ஜனக்கூட்டத்தின் நடுவில் பார்த்திருந்தபோதிலும் இன்றும் நினைவில் வாழ்ந்துகொண்டிருக்கும் அம்முகத்தைத் தேடிக்கொண்டிருக்கிறேன்.

எனது அன்னை இறைபக்தியுடையவராக இருந்தபோதிலும் அந்தப் பக்தியை எங்கள்மீது திணிக்க ஒருபோதும் முற்பட்டதில்லை. ஏதேனும் கோவிலுக்கு எங்களை அழைத்துச் சென்ற நினைவு எனக்கில்லை. அம்மா தினந்தோறும் காலையில் பாயைத் தரையில் விரித்து அதில் இரண்டு பாதங்களையும் பின்பக்கமாக மடக்கிவைத்து லலிதாஸஹஸ்ர நாமத்தை ஜெபிப்பார். ஆனால், அவர் ஒருநாளும் அந்த நாமத்தை உரக்க உச்சரித்தது கிடையாது. அக்காலத்தில் எங்கள் வீட்டுப் பெரியவர்கள் நேரு, காந்திஜி, ஹிட்லர் ஆகியோரின் பெயர்களுக்குத் தந்த முக்கியத்துவத்தையே இறைவனின் திருப்பெயருக்கும் தந்தேன். பாதுகாக்கவும் தண்டிக்கவும் தகுதி வாய்ந்த பாதுகாப்பாளராக அன்று இறைவனைக் கருதவில்லை. சுவர் வழியாகத் தலையைச் சாய்த்துச் சிரித்தபடி செல்லும் தோழனாகவே அவரைக் கருதினேன். அன்று கண்ட அம்முகத்தோற்றம் எனது உடலின் நெருப்பிலும் வாயுவிலும் நீரிலும் கரைந்திருப்பதாகப் பிற்பாடு புரிந்துகொண்டேன். பின்னர் ஒருபோதும் நான் தனிமையில் இருந்ததில்லை. அதில்தான் எனது முதலும் நடுவும் முடிவும் இருப்பதை இன்று உணர்ந்துகொண்டேன். முக்கால ஞானம் என்பது எளிமையான ஒரு மனநிலையாகும். நாம் மூன்று காலங்களைப் பற்றிய அறிவைப் பெறும்போதுதான் முக்கால ஞானிகளாகிறோம். மூன்று உண்மைகளை மட்டுமே நாம் புரிந்துகொள்ள வேண்டியுள்ளது. கடந்த காலத்தில் பிறப்பு, நிகழ்காலத்தில் வாழ்க்கை, எதிர்காலத்தில் மரணம். இந்த உண்மைகளுக்கு அப்பால் எல்லையற்ற வெறுமை. அங்கு பொய்கள் பிசாசு வடிவங்களைப்போல அலைந்து திரிகின்றன.

எனக்கு நான்கு வயதானபோது எங்கள் வீட்டுக்கு இரண்டு டியூட்டர்கள் வந்துகொண்டிருந்தார்கள். மங்கலாபுரத்தைச்[1] சேர்ந்த மிஸஸ் ஸெக்வீரா மாலை மூன்று மணிக்கு ஆங்கிலம் கற்றுத் தர வருவார். கரிய தோற்றத்தைக் கொண்ட நம்பியார் மாலை வேளைக்குப் பிறகு மலையாளம் கற்றுத் தருவதற்காக வந்து போனார். மிஸஸ் ஸெக்வீரா தளர்வான பட்டுச்சட்டைகளையும் நீலப் பளிங்கு மாலைகளையும் தவிட்டு நிறத்தாலான காலுறைகளையும் அணிவார். அவருக்கு எங்கள் வீட்டில் நம்பியார் மாஸ்டருக்குத் தரப்படுவதைக் காட்டிலும் அதிக சுதந்திரம் தரப்பட்டது. அவர் அப்பாவிடமும் அம்மாவிடமும் நீண்டநேரம் உரையாடிக்கொண்டிருப்பார். என்னை அவர் கல்யாணி என்று அழைப்பார். எனது சாயலைக் கொண்ட கல்யாணி என்கிற மாணவி அவருக்கு இருந்தாளாம். நம்பியார் சாயங்காலம் வந்ததும் ஓசையெழுப்பாமல் உணவு அறைக்குள் புகுந்துகொள்வார். அங்கு, சமையல்காரனின் முன்னிலையில் எனது மலையாளப் பாடங்கள் தொடங்கும். தேநீரையும் பருப்பு வடையையும் சாப்பிட்ட பிறகு அப்பாவின் கண்ணில் படாமல் திரும்பிச் செல்வார் நம்பியார். மிஸஸ் ஸெக்வீராவுக்குச் சைனா கோப்பையிலும் நம்பியாருக்குக் கண்ணாடி டம்ளரிலும் சமையல்காரன் தேநீரை ஊற்றித் தந்தான். அந்தக் காலத்தில் மலையாளமொழிக்கு நம்பியாரின் நிறமும் தாழ்வுணர்ச்சியும் இருப்பதாக எங்களுக்குத் தோன்றியது. ஆங்கில மொழியறிவில் ஆங்கிலேயக் குழந்தைகளையும் தோற்கடிக்க வேண்டும் என்பதுதான் என்னுடையதும் அண்ணனுடையதுமான லட்சியம். அம்முயற்சியில் பலமுறை வெற்றியடைந்தோம். எனது நிறத்தைச் சிவக்க வைப்பதற்கான சில முயற்சிகளும் வீட்டில் நடந்துகொண்டிருந்தன. வெங்காயத்தின் மணத்தைக் கொண்ட ஒருவித மஞ்சள் எண்ணெயை என் உடல்முழுதும் அம்மா பூசுவாள். இருப்பினும் அம்முயற்சி அதிகம் பலனளிக்கவில்லை.

அம்மா அப்போதெல்லாம் உலர்ந்த பேரீச்சைப்பழத்தையும் வெந்தயத்தையும் வாயில்போட்டு மென்றபடி புத்தகங்களை வாசித்துக்கொண்டிருப்பாள். அவள் அன்று சிறந்த அழகியாக இருந்தாள். ஒரு மெல்லிய நீல நரம்பு துடிக்கும் சிவந்த கழுத்தும் ஓர் உணர்ச்சியின்மை நிழலாடும் மலர்ந்த கண்களும் அவளுக்கு இருந்தன. அன்றெல்லாம் அம்மா சிவப்புக்கரை போட்ட இளம்மஞ்சள் புடவைகளை உடுத்துவாள். அம்மாவுக்கு மற்ற நிறங்களுடன் ஈடுபாடு இருக்கவில்லை.

எனக்கு அடர்நிறங்களுடன் மோகம். ஆனால் அவையெல்லாம் வெளிப்பகட்டுக்கானவை என்று அப்பா

1 மங்களூர்

என்னிடம் சொல்லிப் புரியவைக்க முயன்றார். எங்கள் குடும்பம் லட்சியக் குடும்பமென்றும் எளிய வாழ்க்கைமுறைகளைக் கடைப்பிடித்துப் பிறருக்கு மாதிரியாக இருக்க வேண்டுமென்றும் அப்பா கூறுவார். மேலும் பகட்டுடன் இருந்திருக்குமானால் அதுவோர் உற்சவமாக மாறியிருக்கும் என்கிற நம்பிக்கை எனக்கு இருந்தது. நிறங்களில் அடர்த்தி அதிகரித்தால், இசையின் உச்சம் அதிகரித்தால், நடனத்தின் விரைவு அதிகரித்தால் அந்த வண்ணமயமான முழுமை ஒரு வெடித்துச் சிதறலில் நிறைவடையும் என்பதை நானறிவேன். புலனடக்கம் என்ற வழியிலும் கூட்டுப்பணி என்கிற புள்ளியிலும் மட்டுமே தங்களுக்கு மீட்சி இருப்பதாக எனது பெற்றோர் கருதினர். அந்த நம்பிக்கை என்னிடம் இல்லாமல் போனதால்தான் எனது கால்தடங்கள் தரையைவிட்டு உயர்ந்தன. வானத்தில் மேகங்களுடன் திரிவதற்கும் பாதாளச் சேற்றில் களைப்புற்று விழுவதற்கும் என்னால் முடிந்தது. முற்காலத்தில் நாயாடி இனத்தைச் சேர்ந்தவர்கள் குழந்தை பிறந்ததும் மலைமீது எடுத்துச் சென்று படுக்கவைப்பார்களாம். இரண்டு நாட்கள் மழையிலும் காற்றிலும் வெயிலிலும் கிடந்த குழந்தை அந்தக் கடும்தவத்தைத் தகவமைத்துக்கொண்டால் வாழ்வதற்கான தகுதியை எய்தியதாக உறுதியாகிவிடுமாம். அவனுக்கு மட்டுமே தாய்ப்பாலும் குடும்பத்தின் பாசமும் கிடைக்கும். நானொரு நாயாடிக் குழந்தையைப்போல அனைத்துப் பூதங்களினுடைய தீண்டலுக்கும் கீழ்ப்படிந்தேன். எனது சிரைகளில் சூடான மது வழிந்தது. உதடுகளில் ஓராயிரம் முத்தங்கள் தங்கியிருந்தன.

2

கண்டுபிடிக்கப்படாத நிலப்பகுதி

நேற்று மாலைப்பொழுதில் வரவேற்பறையில் அமர்ந்து எனது கணவர், மராத்திக் கவிஞரான புருஷோத்தம் ராயிடம் கூறினார்: கமலா அவளுடைய தன்வரலாற்றை எழுதத் தொடங்கிவிட்டாள். முதல் அத்தியாயத்தை எடுத்து வந்து ராயிடம் படித்துக் காட்டச் சொன்னார். நான் ஏற்றுக்கொள்ளவில்லை. ஒரு மாத வளர்ச்சியைக் கொண்ட ஒரு கருவைக் கர்ப்பப்பையிலிருந்து வெளியே எடுக்கும் செயலாக எனக்குத் தோன்றியது. அச்சடிக்கப்படுவதற்கு முன்பு பிறர் படிப்பதற்காக எனது கதையையோ கவிதையையோ நான் கொடுப்பதில்லை.

தண்ணீரில் மூழ்கி இறப்பவர்கள், வாழ்க்கையின் அனைத்துச் சம்பவங்களையும் ஒரு திரைப்படத்தைப் போல, மரணம் எதிரில் இருக்கும் நிமிடத்தில் மீண்டும் காண்பார்களென்று எங்கோ படித்ததாக நினைவு கூர்கிறேன். நுரையீரலைத் தண்ணீர் ஆக்கிரமிக்கும் கணத்தில் நினைவாற்றல் அதனுடைய உச்சநிலையை அடையும். எனது வலது நுரையீரலில் நீர்கோர்த்தும் புண் ஏற்பட்டும் என்னைப் படாத பாடுபடுத்திய நாட்களில் மருத்துவமனைக் கட்டிலில் தலையைக் கீழ்நோக்கிச் சாய்த்துப் (கபம் வாய்வழியாக வழிவதற்காக மருத்துவர்கள் அப்படிப் படுக்குமாறு அறிவுறுத்தியிருந்தார்கள்) படுக்கும்போது நான் எனது இளமைக்காலத்தை

மீண்டும் பார்த்துக்கொண்டிருந்தேன். கல்கத்தாவில் நடுத்தரக் குடும்பத்தினர் வசித்துவந்த ராஜா பஸந்த ராய் ரோட்டில் சாலையை நோக்கி முகங்காட்டி நிற்கும் ஒரு சிவப்பு வீட்டிலிருந்துதான் எனது நினைவு தொடங்குகிறது. வற்றிய முலைகளைக் கொண்ட ஒரு பெண் என்னைத் தூக்கி மொட்டை மாடிக்கு எடுத்துப்போனாள். அவளது வாயின் இரண்டு பக்கங்களிலும் வெளிறிய வெடிப்புகள் இருந்தன. 'அடம்பிடிக்காதே, அப்பாவுக்குச் சுகமில்ல.' அவள் என்னிடம் கூறினாள்.

எங்கள் வாழ்க்கையின் பின்னணியை உருவாக்கியவர்களையும் களத்தின் தூண்களாக விளங்கிய வேலைக்காரர்களையும் ஒருபோதும் மறக்கமாட்டேன். அவர்கள் நாடகம் தொடங்குவதற்கு முன்பு துடைப்பத்துடன் வந்து அரங்கைச் சுத்தப்படுத்துவார்கள். அவர்கள் சென்றதும் முக்கியக் கதாபாத்திரங்கள் வெளியே வருவார்கள். மிகப் பழைய பணியாட்களில் முதல் நபராகவும் மறக்க முடியாதவராகவும் இருந்த சபிலால், அழுக்கு வேட்டியும் பழுதடைந்த பற்களும் கொண்ட ஒரியாக்காரன். சிவப்புக்கல் பதித்த தெற்கத்தியத் தாலியைக் கழுத்தில் கட்டிய ஒரு முதியவள். தேய்ந்த பற்களைக் கொண்ட திரிபுரா, மூக்குத்தி அணிந்த பாருக்குட்டி, நான் நடக்கக் கிளம்பும்போது பச்சைப் பாவாடை அணிந்து என் பின்னால் பறந்து விளையாடிய ஜானகி, இவர்கள் எல்லாம் எந்தத் திரைகளின் பின்னால் போய் மறைந்தார்களென எனக்குத் தெரியாது.

வீட்டு வேலைக்காரர்களுடன் வெகுநேரம் செலவழித்தமையால் எனக்குக் கிடைத்த லாபங்களில் ஒன்றே சகஜமான உணர்வுடன் பிறருடன் பழகுவதற்கான திறமை. ஆத்மார்த்தம் இல்லாமல் சராசரி இலக்கியப் படைப்புகள் மனத்தில் உருவாக்கும் தளைகள் இவர்களைப் பாதிப்பதில்லை. அழுகையும் சிரிப்பும் கோபமும் தாபமும் காமமும் அவர்களின் ரத்தத்தில் குடி கொண்டுள்ளன. பணக்காரர்களென்று பெருமிதம் கொள்பவர்களின் மனத்தின் மக்கிய ஆழத்தில் இந்த உணர்ச்சிகள் சாணப்புழுக்களைப்போல நெளிந்துகொண்டிருக்கும். ஆனால், வெளிப்படுவது தொலைவிலுள்ள ஒரு சாக்கடையிலிருந்து காற்றில் பறந்து வரும் ஒரு லேசான துர்நாற்றம் மட்டுமே. வேலைக்காரிகளின் ஜாக்கெட்டுகளின் வியர்வை நாற்றத்தைப் பாசத்தின் மணமாகப் பொருட்படுத்திய ஒருகாலம் எனக்கிருந்தது. ஒருகாலத்தில் அவர்களின் பருத்த கைகள் வளரத் துடிக்கும் எனது உடலைத் தழுவின. பெற்றோர்களின்மீது எந்தவொரு செல்வாக்கையும் செலுத்த இயலாத என்னிடமிருந்து, வேலைக்காரர்களுக்குக் குறிப்பிடும்படியான எந்தவொரு வரவும் கிடைத்ததில்லை.

எப்போது வேண்டுமானலும் தங்களை வேலையை விட்டு நீக்குவதற்கான சுதந்திரம் என் பெற்றோர்களுக்கு இருப்பதை அவர்கள் அறிவர். மாதத்தின் தொடக்கத்தில் கிடைக்கும் ஐந்து ரூபாய் அல்லது இருபது ரூபாயுடைய துச்சமான ஓர் உறவு மட்டுமே தங்களுக்கும் எஜமானர்களுக்குமிடையில் இருப்பதை அவர்கள் அறியாமல் இல்லை. இருப்பினும் நான் இரவில் பூதங்களையும் திருடர்களையும் பைத்தியக்காரர்களையும் நினைத்துப் பயந்துபோய்த் தூக்கமின்றிப் படுத்துக்கொண்டிருந்த போது ஒருமுறை வயதான திரிபுரா தனது பாயில் எழுந்தமர்ந்து கூறினாள்.

'சின்ன மகளே, என்னுடன் வந்து படுத்துக்கொள். பயப்படாதே, திரிபுரா இங்கேதான் இருக்கிறேன் ...'

கல்கத்தாவில் எனது இளமைக் காலத்தில் மிகவும் நேசித்த ஒருவர்தான் கே.எஸ். மேனோன். அவர் எங்கள் வீட்டுக்குக் கீழே இருக்கும் மோட்டார் கம்பெனியின் ஸ்டோர்ஸ் மேனேஜராக இருந்தார். கொம்புமீசையையும் தொப்பையையும் கொண்டவர். மரத்தால் பல விளையாட்டுப் பொருட்களைச் செய்ய அவரால் முடியும். இரண்டடுக்கு மாடிகளைக் கொண்ட பணக்காரப் பொம்மைக் குழந்தைகளுக்குப் பொருத்தமுடைய ஒரு தரமான வீட்டை எனக்குப் பரிசளித்தார். அதனுடைய பின்பக்கச் சுவரான வெள்ளைப்பலகையை அகற்றினால் அந்த அறைகளில் வைக்கப்பட்டிருந்த நாற்காலிகளையும் சோஃபாக்களையும் கட்டில்களையும் கைகளால் தொடலாம். இத்தனை அழகான பரிசுப்பொருளை என் வாழ்நாளில் இன்றுவரை பெற்றதில்லை. அவ்வப்போது விடுமுறைநாட்களில் அவரது அறைக்குப் போய் அலுவலக மேசையின்மீது அமர்ந்துகொள்வேன். மேசைமீது காகிதங்கள் பறக்காமல் இருப்பதற்காக வைக்கப்படும் கட்டைகளுக்குத் தரப்படும் கவனம் மட்டுமே எனக்கு அந்தக் கம்பெனியிலிருந்து கிடைத்தது. பலபேர் கே.எஸ். மேனோனைக் காண வருவார்கள். வாய் நிறைய சிவந்த வெற்றிலைச்சக்கையைக் குதப்பித் திரியும் ஒரு நடுத்தரவயது ஆள் சிரித்தபடி அவ்வப்போது அங்கு வருவான். நூற்றுக்கு மேற்பட்ட தடவை பார்த்திருந்த அந்த நபரைச் சுட்டிக்காட்டி மேனோன் என்னிடம் கேட்பார்: 'குழந்தைக்கு நமது காளிபாபுவைத் தெரியாதா?'

எனது அண்ணன் அப்போதெல்லாம் ஜெர்மனியின் சர்வாதிகாரியான அடால்ப் ஹிட்லரின் முழு ரசிகனாக இருந்தான். நாளிதழ்களில் அடிக்கடி வந்துகொண்டிருந்த ஹிட்லரின் படங்களை வெட்டியெடுத்து அண்ணன் ஒரு நல்ல

ஆல்பத்தை உருவாக்கினான். 'தேவைன்னா நீ முசோலினியை எடுத்துக்க' என்பான் என்னிடம். ஆகவே வேண்டாவெறுப்பாக இத்தாலியின் பெனிட்டோ முசோலினியின் ரசிகையாகி விட்டேன்.

பள்ளிக்கூடம் இல்லாத நாட்களில் நாங்கள் ஜன்னல் வழியாக விளையாட்டுப் பொருட்களை ஒவ்வொன்றாக நூலில் கட்டிக் கீழே இறக்குவோம். யாராவது அதைத் தொட முயன்றால் உற்சாகமாகக் கூச்சலிட்டு நூலை மேலே இழுப்போம். அக்காலத்தில் கீழே இருந்த மோட்டார் கம்பெனிக்குப் பழுது நீக்குவதற்காக ரோல்ஸ் ராய்ஸ், பென்ட்லி போன்ற கார்கள் வந்துகொண்டிருந்தன. அத்தகைய கார்களுக்குள் உட்காரவும் இருக்கைகளின் தோல்மணத்தை நுகரவும் நாங்கள் விரும்பினோம். அன்று நானும் அண்ணனும் கவிதைகளும் கதைகளும் எழுதத் தொடங்கியிருந்தோம். அன்று நாங்கள் துன்பியல் கதைகளையே விரும்பினோம். கொஞ்சம் விளையாட வேண்டும். பின்னர் வேர்வையில் நனைய வேண்டும். சிறிது துயரமடைய வேண்டும். பிறகு அழ வேண்டும். எங்கள் பாடப்புத்தகத்தின் கடைசிப் பக்கத்தில் 'எனக்கொரு பொம்மை இருந்தது' எனத் தொடங்கும் ஒரு சிறிய கவிதை இருந்தது. அதுவொரு குழந்தைப்பொம்மை உடைவதைப் பற்றிய கவிதையாகும். அதனுடைய தலை உடைந்ததைப் பற்றி வகுப்பில் உரக்க வாசிக்க நேர்ந்தபோது என் கண்களில் கண்ணீர் துளிர்த்தது. எனது தொண்டை இடறியது. நான் மற்றவர்களின் பரிகாசத்திற்கு ஆளானேன்.

கட்டுப்படுத்த முடியாத கண்ணீரும் தோலின் பழுப்புநிறமும் என்னை அந்தப் பள்ளிக்கூடத்திலிருந்து அந்நியப்படுத்தின. ஒருமுறை வில்லியம் என்கிற பெயரைக்கொண்ட ஒரு ஆங்கிலேயன் – அண்ணனின் வகுப்புத்தோழன் – என்னிடம் கேட்டான்: 'நீ இன்னும் கொஞ்சம் சிவக்கும் விதமாகக் குளிக்கக் கூடாதா? ஸ்பாஞ்சை வைத்து நன்றாகத் தேய்த்துக் குளித்தால் நீயும் எங்களைப் போலச் சிவப்பாகிவிடுவாய்.'

ஆசிரியை ஒருமுறை எனது வகுப்புக் குழந்தைகளை விக்டோரியா நினைவுப் பூங்காவுக்கு அழைத்துப் போனார். போகும் வழியில் நாங்கள் கரும்புச்சாறு குடித்தோம். புல்தரையில் ஆசிரியையைச் சுற்றி ஓடித்திரிந்து விளையாடிக் கொண்டிருந்த மற்ற குழந்தைகளிடமிருந்து ஒதுங்கிச் சென்று ஒரு மருதாணி வேலிக்குப் பின்னால் மல்லாந்து படுத்தேன். வானத்தில் வெளிறிய பனிக்காலச் சூரியன். வேதனையை நினைவுபடுத்தும் மருதாணியின் மணம். தனிமை.

‘நீ அங்க என்ன பண்ணுற? நீயொரு விசித்திரப்பிறவி?’ எனது ஆசிரியை கேட்டார். ‘ஹ! ஹ! ஹ! ஹ! . . . கமலா விசித்திரப்பிறவி. ஹ! ஹ! ஹ! ஹ!’ என் வகுப்புத்தோழிகள் வாய்விட்டுச் சிரித்தார்கள். எனது சூரியனே, அன்றும் எல்லாவற்றுக்கும் சாட்சியாக நீ வெளிறிய முகத்துடன் பார்த்துக்கொண்டிருந்தாய். நீதிமன்ற அறையில் சாட்சிக்கூண்டுக்கு வந்து நீ உதிக்கிறாய். நீ தகிக்கிறாய். நீ பொசுக்குகிறாய். நீ அஸ்தமிக்கிறாய்.

இரண்டாம் உலகப்போரின் விஷவாயு உலகம் முழுதும் பரவத் தொடங்கிய காலம். ஜெர்மனி மூட்டிய காட்டுத்தீயின் வெப்பம் இந்தியாவிலும் உணரப்பட்டது. அன்று நானும் என் அண்ணனும் கல்கத்தாவைவிட்டு நாலப்பாட்டு வீட்டுக்குப் பாட்டியின் பாதுகாப்புக்குள் வந்து சேர்ந்தோம். நாலப்பாட்டு வீடும் சுற்றுப்புறமுமாகச் சுருங்கிப்போனது எங்கள் உலகம். கண்வா ஆசிரமத்தைப்போல கடாட்சம் விளங்கிக்கொண்டிருந்த அந்த இடத்தின் அழகுகளை வர்ணிப்பதற்கு இன்றும் வார்த்தைகள் போதவில்லை. கல்வியை நிறைவு செய்ய முடியாமல்போன எனக்கு சொற்களின் பற்றாக்குறை அனுபவப்படுவது இயல்பே. நான் இன்று ஆங்கிலத்திலும் மலையாளத்திலும் எழுதுகிறேன். ஆனால், குஷ்டரோகம் பாதித்தவனும் விரல்களை இழந்தவனுமான ஒருத்தன் தனது கைகள் என்னும் கட்டைகளால் தட்டச்சு செய்வதைப் போன்றதோ, கூடை முடைவதைப் போன்றதோ எனது இலக்கியப் படைப்பு. வார்த்தைகளுக்கான பற்றாக்குறை எனது கலையை வரையறுக்கிறது. இரவில் எனது கணவரும் சின்னக்குழந்தையும் பக்கத்தில் தூங்கிக்கொண்டிருக்கும்போது, இருட்டில் வார்த்தைகளைத் தேடித் துழாவித் திரிகிறேன். எனது மனம் இன்னும் கண்டுபிடிக்கப்படாத ஒரு நிலப்பகுதி எனவும், தீநாளங்களைப் போலச் சுடர்விடும் வார்த்தைகளால் அதனுடைய துறைமுகங்களை ஒளிரவைத்தால் ஒவ்வொரு வாசகனும் ஒவ்வொரு தேச யாத்திரீகனைப் போல அங்குள்ள கருங்கல் சிலைகளின் எதிரில் மலைப்புடன் வந்து நிற்பான் என்றும் தோன்றுகிறது. ஒதுக்கப்பட்டு மீண்டும்மீண்டும் ஒதுக்கப்பட்டுக் குழிவிழுந்த எனது ஆத்மாவுக்கு அருங்காட்சியகத் தோட்டத்தில் காணப்படும் கருங்கல் சிலையின் சாயல் இருப்பதை அவர்கள் காண்பார்கள். பருவங்களின் மழையும் வெயிலும் பட்டு, குழிவிழுந்த அம்மைத்தழும்புகள் நிறைந்த முகத்தையுடைய ஒரு கருங்கல் சிலையை முன்பொரு முறை கல்கத்தா அருங்காட்சியகத்தில் பார்த்தேன். அந்தச் சாயலையுடைய ஒருவன் இரண்டு மாதங்களுக்கு முன்பு மழையில் நனைந்து என் வீட்டுக்கு வந்தான் . . .

நாலப்பாட்டு வீட்டுக்கே திரும்பிச் செல்ல வேண்டும். படிப்புரை மாளிகை[1]யின் பின்பக்கம், வேலிக்குப் பின்னால் நின்றபடி மஞ்சள் அரளிப்பூக்களின் கிளைகளைக் கைகளால் விலக்கி உள்ளே எட்டிப் பார்க்கும்போது செட்டிச்சிப் பிச்சைக்காரிகள் 'தர்மம் தாங்கம்மா ... தர்மம் தாங்கம்மா ...' என்று அழைத்துக்கொண்டிருந்தார்கள். சிரட்டையை வைத்துத் தங்களின் கூந்தலை வட்டமாகக் கட்டியிருந்தார்கள். அவர்களின் மாராப்புகளில் குழந்தைகள் தூங்கிக்கொண்டிருந்தன.

இடதுபக்கம் பச்சிலைப் பாம்புகளைச் சுமந்துகொண்டிருந்த இரண்டு நாரத்தைமரங்கள். அதற்கும் இடதுபுறம் ஓலைவேய்ந்த தண்ணீர்ப்பந்தல். சாய்ந்து நிற்கும் புங்கைமரங்கள். சித்தியின் செல்லத்துக்குரிய சிவப்பு நந்தினிக்குட்டி உட்பட மூன்று பசுக்கள் வசித்துவந்த தொழுவம். நெல்லிமரம், வானத்தை நோக்கிக் கைநீட்டும் பாரிஜாதமரம். பாம்பின்காவின்[2] கிழட்டு ராட்சசனைப் போல நிற்கும் எட்டிமரம், இலவு; இலவில் படர்ந்த திப்பிலி. குளக்கோழிகள் வசிக்கும் புதர்கள், முதலைகள் இளம்வெயிலில் வாய்திறந்து இளைப்பாறிக் கொண்டிருக்கும் குளத்தின் படித்துறைகள். முற்றத்தில் தாய்மாமன் பராமரிக்கும் ரோஜாத்தோட்டம். காக்கைகளும் அணில்களும் மட்டுமே தின்னும் புளிக்கும் மாங்காய்கள் காய்க்கும் தெற்குப் பக்க மாமரம். சுவருக்கும் கல்பாவிய நடைபாதைக்கும் அருகில் வளர்ந்து நின்றிருந்த புளியமரக்கன்று ... இவற்றையெல்லாம் கொண்டதுதான் அக்காலத்தின் நாலப்பாட்டு வீடு.

---

1 பழைய கேரளப்பாணி வீடுகளில் முகப்புவாயிலையொட்டி அமைந்திருக்கும் மாடிவீடு.

2 நாகப்பாம்பின் சிலைகளை வைத்து வழிபடும் மரங்களடர்ந்த இடம்.

3

கல்லறையில் போகன்வில்லா

நேபாளத்திலிருந்து வந்த ஒருவர் அப்பாவுக்கு ஒரு சாளக்கிராமம் பரிசளித்தார். அதில் ராதாகிருஷ்ணமூர்த்தி குடிகொண்டிருந்தார். அதை அப்பா நாலப்பாட்டுக்கு எடுத்து வந்து அதற்காக தெற்குஅறையில் மரத்தால் ஒரு கோயிலை உருவாக்கி அதில் பிரதிஷ்டை செய்தார். கோயிலின் கதவுப்படியின்மீது வெள்ளியால் 'ஓம்' என்கிற எழுத்தையும் பதித்தார். அன்றாடம் காலையில் சரியாக ஏழு மணிக்குப் பாட்டி குளித்து ஈரத்துணியுடன் அந்தக் கோயிலுக்குள் பிரவேசிப்பார். பின்னர் பூஜைக்கும் இறைநாம ஜெபத்துக்கும் பிறகு தாய்மாமனின் பூஜைக்காகத் தீர்த்தத்தையும் கற்பூரத்தையும் சாம்பிராணியையும் தயாராக வைப்பார். சித்தியின் உதவியுடன் நடக்கும் தாய்மாமனின் குளியல் சரியாக 8:30 மணிக்கு நிறைவடையும். மிதியடிகளைக் காலில் போட்டபடி அடுக்களை வழியாகக் கோயிலுக்குப் போவார். அப்போது குருணையரிசிக் கஞ்சியைக் குடிப்பதற்காக அமர்ந்திருக்கும் குழந்தைகளான எங்களைப் பார்த்துத் தாய்மாமன் சிரிப்பார். தனது மருமக்களிடம் காட்டும் பாசத்தை ஒரு வாழ்க்கைத்திட்டமாகவே கடைப்பிடித்து வந்த தாய்மாமனுக்கு அண்டைவீட்டுக் குழந்தைகளைச் சற்றும் பிடிக்காது. எதிர்பாராமல் ஏதொவொரு ஏழைச்சிறுவன் படியைத் தாண்டி எங்கள் வாசலுக்குள் நுழைந்துவிட்டால் உடனடியாகப் படித்துக்கொண்டிருக்கும் புத்தகத்திலிருந்து தலை தூக்கித் தாய்மாமன் கர்ஜிப்பார். 'போ ... போ ... வெளியே போ.'

தாய்மாமனின் அம்மா, மாதவியம்மா என்று அழைக்கப்பட்ட பெரியம்மா, நாலப்பாட்டிலுள்ள மற்ற பாட்டிகளிலிருந்து மிகவும் வித்தியாசமானவர். அவருக்கு மற்றவர்களின் நிறம் இல்லை. ஆனால், உறுதியான உடலும் அடர்த்தியான கூந்தலும் அவருக்கு இருந்தன. அவர் தனது கூந்தலைப் பாம்புப்பத்தியைப் போல தலையின் இடதுபக்கமாகச் சாய்த்துக் கட்டி வைத்திருப்பார். அவரது கழுத்தில் தங்கத்தால் கோர்க்கப்பட்ட துளசிமாலை இருந்தது. பெரியம்மா சிரிப்பதைப் பார்த்த நினைவு எனக்கு இல்லை. அவர் தனது மகனுடன் பேசுவதையும் நான் கேட்டதில்லை. அதில் வியப்படைய ஒன்றுமில்லை. ஏனெனில், வாசலும் கிழக்குமுற்றமும் மட்டுமே அக்காலத்தில் ஆண்களின் உலகமாக இருந்தன. பெண்களின் விசாலமான உலகத்தில் இரண்டு திண்ணைகளும் கிணற்றடியும் நெல்குத்தும் அறையும் நடுமுற்றமும் இருந்தன. உணவு உண்பதற்காக மட்டுமே தாய்மாமன் தெற்குஅறையில் பிரவேசிப்பார். சரியாகப் பன்னிரண்டு மணிக்குத் தாய்மாமனுக்கான உணவு தெற்குஅறையில் வரிசையாக வைக்கப்படும். வெண்ணெய், தயிர், இரண்டுவகைக் குழம்பு, ஒரு பொரியல், அப்பளம், ஊறுகாய். தாய்மாமன் எப்போதும் தலைவாழை இலையில்தான் உண்பார். பெரும்பாலான நாட்களில் தாய்மாமனுக்குத் துணையாக விருந்தாளிகள் இருப்பார்கள். அன்று நாலப்பாட்டுக்கு மிகவும் வரவேற்புக்குரிய விருந்தாளியாகப் பிரசித்திபெற்ற இலக்கணப்பண்டிதர் குட்டிக்கிருஷ்ண மாரார் இருந்தார். அவரும் தாய்மாமனும் இலக்கியவாதிகளைப் பற்றியும் இலக்கியப் படைப்புகளைப் பற்றியும் உரையாடிக்கொண்டிருக்கும்போது நானும் அண்ணனும் தெற்குத்திண்ணையில் அமர்ந்து அவர்களின் உரையாடலைச் செவிமடுப்போம். 'மலையாள மொழிநடை' என்கிற புத்தகத்தை வாசித்தபிறகுதான் மலையாளத்தின் அரிச்சுவடியை அறிந்துகொண்டேன்.

அன்றெல்லாம் எங்களுக்கு இரண்டு ஆராதனைமூர்த்திகள் இருந்தார்கள். 'ரமண'னின் மூலமாகக் காதலைப்பற்றிச் சொல்லிப் புலம்பிய சங்ஙம்புழயும் 'நாடன் பிரேமம்' எழுதிய பொற்றக்காடும். பொற்றக்காட்டின் 'ஸ்திரீ' என்கிற கதையின் முதற்பகுதி *மாத்ருபூமி* வாரஇதழில் வெளிவந்தபோது நாலப்பாட்டுப் பெண்களுக்கிடையில் அதொரு கொந்தளிப்பையே ஏற்படுத்தியது. பார்கவியின் இறப்பு அவர்களைப் பெரும் கவலையில் ஆழ்த்தியது.

முன்பு எப்போதோ எங்களின் உறவின்முறையாக இருந்த ஒரு கோவிலகம்[1] நாலப்பாட்டுக்கு அருகில் இருந்தது. அந்த கோவிலகத்துக்குப் பாட்டி என்னை அவ்வப்போது

1 பாரம்பரிய அரச மாளிகை

அழைத்துப்போவாள். கதவுப்படியும் மஞ்சள்சாயத்தைக் கலந்து சுவரில் வரையப்பட்ட துவாரபாலகர்களும் நாடகச்சாலையில் நிறுவப்பட்டிருந்த வேட்டைக்காரனின் ஆலயமும் என்னை வெகுவாக ஈர்த்தன. அங்கிருந்த பெண்கள் எங்களைத் தொடமாட்டார்கள். எங்களைத் தொட்டுவிட்டால் அரச குடும்பத்தினர்மீது தீட்டு பட்டுவிடுமென்று பாட்டி நிதானமாக என்னிடம் கூறிப் புரியவைத்தாள்.

'ஸ்ரீ கிருஷ்ணன் என்னைத் தொடுவாரா?' நான் பாட்டியிடம் கேட்டேன்: 'ஸ்ரீகிருஷ்ணன் மதுராவின் அரசன் அல்லவா? அந்த ஸ்ரீகிருஷ்ணன் என்னைத் தொடுவாரா?'

'அதுவொன்றும் எனக்குத் தெரியாது' என்றாள் பாட்டி.

வயிற்றுப்போக்கால் பாதிக்கப்பட்டுக் களைத்துப்போயிருந்த எனது உடலில் பாட்டி வாரத்திற்கொருமுறை கொதிக்கவைத்த தைலத்தைத் தேய்த்துப் புரட்டுவாள். சுகவீனத்திற்கு முன்பு பொன் போன்று எனக்கிருந்த உடல் பொலிவைப் பற்றி அப்போதெல்லாம் பாட்டி என்னிடம் விவரித்துக் கூறுவாள். எனது சுருண்ட தலைமுடியை அள்ளி முடிப்பதற்குப் பாட்டி அக்கறை காட்டுவாள். இரவில் நாலப்பாட்டு மாளிகையின் நடுஅறையைச் சுத்தமாகப் பெருக்கி, தண்ணீர் தெளித்த தரையில் ஒரு படுக்கையை விரித்து நானும் பாட்டியும் படுத்துத் தூங்குவோம். கனவு கண்டு விழித்தெழும்போது வராந்தாவில் வந்து விழும் நட்சத்திரவெளிச்சத்தில், விடியல் நேர நிலவைப் போல மங்கலாக ஒளிரும் பாட்டியின் முகம் என் வாழ்க்கையில் முதல்முறையாக ஒரு பாதுகாப்பைத் தேடித்தந்தது.

மெல்லமெல்ல நானும் அண்ணனும் கிராமிய வாழ்க்கையுடன் இணக்கமானோம். வெறும் காலுடன் பள்ளிக்கூடத்திற்குப் போவதற்கும் சகதிநிறைந்த குளத்தில் மூழ்கிக் குளிக்கவும் கற்றுக்கொண்டோம். இவ்வாறு போய்க்கொண்டிருக்கும்போது நகர நாகரிகத்தின் அலைகளுடன் அப்பா மீண்டும் களத்தில் பிரவேசித்தார். நானொரு சுத்தப் பட்டிக்காடு என்று அப்பா புரிந்துகொண்டார். உடனே ஒரு நாவிதனை வரவழைத்து அப்பா எனது கூந்தலைக் காதுக்குக் கீழே ஓர் அங்குல நீளத்துக்கு வெட்ட வைத்தார். ஒரு வெள்ளை உடை உடுத்து மீண்டும் கல்கத்தாவுக்குப் பயணமானேன். அங்கு சென்றது இரண்டாவது பருவத்தின் கடைசி நேரம் என்பதால் என்னைப் பள்ளிக்கூடத்தில் சேர்க்க அப்பாவால் இயலவில்லை. டியூசன் எடுப்பதற்காக மேபிள் டிசில்வா என்னும் இளம்பெண் வீட்டுக்கு வரத் தொடங்கினாள்.

பார்க் தெருவின் வடக்குப்பக்கமாக இருந்த எங்கள் வீட்டு ஜன்னலைத் திறந்தால் தகரத்தால் வேயப்பட்ட

தொழிற்சாலையின் மேற்கூரை தெரியும். அதன்மீது குரங்குகள் ஓடித்திரிவதைக் காணலாம். சிலசமயம் ஒரு வயதான குரங்கு எங்கள் சமையற்கட்டுக்குள் புகுந்து தேங்காய் போன்றவற்றைத் திருடிக்கொண்டு ஜன்னல் வழியாகத் தப்பிச் செல்லும். ஒருநாள் சமையல்காரன் துடைப்பக்கட்டையால் குரங்கை அடிக்க முயன்றான். முந்தைய நாள் சோற்றுக்காக நிலைப்படியில் காத்துக்கொண்டிருந்த தோட்டி கண்களை உருட்டிக்கொண்டு சொன்னான்:

'தாக்கூர்... அடிக்காதீங்க, அது உண்மையான அனுமான் ஐயா இல்லைன்னு நமக்கெப்படித் தெரியும்?' சமையல்காரன் குரங்கிடம் பேசும் சைகைமொழிகள் காலை பதினொரு மணிநேரத்தின் அமைதியைக் குலைப்பதுண்டு. கீழே தொழிற்சாலையின் பழுதுபார்க்கும் பகுதியிலிருந்து டிங் டிங் . . .

லொட்! லொட்! லொட்! லொட்...

மதியம் எனது அம்மா உறங்கிய பிறகு, சமையல்காரனும் படிக்கட்டுக்குப் பின்பக்கத்திலுள்ள இருண்ட குகைக்குள் உறங்குவதற்காகப் புகுந்துகொள்வான். நான் மெதுவாகக் கதவைச் சாத்திவிட்டு வெளியே வருவேன். சிலசமயம் கேட் பக்கத்தின் கயிற்றுக்கட்டிலில் அமர்ந்தபடி புகைபிடித்துக் கொண்டிருக்கும் காவல்காரன் என்னை அங்கு உட்காரவைத்து நலவிவரங்களைக் கேட்பான். அவன் என்னிடம் அடிக்கடி கேட்கக்கூடிய ஒரு கேள்வி: 'உன் வீட்டின் சமையல்காரனுக்குப் பைத்தியமா?' என்பதுதான். காவல்காரனின் கண்ணிலிருந்து தப்பித்து, விரைவாகக் கேட்டைக் கடந்து இடதுபக்கம் திரும்புவேன். சுமார் ஒரு ஃபர்லாங் தூரத்தைக் கடந்ததும் சாத்தப்பட்டிருந்தாலும் பூட்டப்படாத புராதன ஐரோப்பியக் கல்லறையைப் பார்க்கலாம்.

பாசிபடர்ந்த கல்லறைகளின் உச்சியைத் தழுவி அரசிகளைப் போலப் பெருமிதம் கொண்ட போகன்வில்லா மலர்கள் வளர்ந்திருப்பதைக் காணலாம். பழைய பற்களின் அறுவடையெனப் பருவகாலங்களின் மழையும் வெயிலும் பட்டு நிறம் மங்கிப்போன மயானக்கற்கள், மஞ்சள்கறை படிந்த பற்களைப் போல எனக்குத் தோன்றின. பழைய பற்களின் ஒரு குவியல். தன்னால் காதலிக்கப்பட்ட சிவந்த கைகளைப் பற்றி, ஷாலிமாரின் அருகில் நின்று பாடிய பிரபல பெண் கவிஞர் லாரன்ஸ் ஹோப்பை அங்கு ஒரு மூலையில் அடக்கம் செய்திருந்தார்கள். ஆனால் இந்தத் தகவலைப் பல வருடங்களுக்குப் பிறகு டில்லியில் கேள்விப்பட்டேன். ஆசீர்வதிக்கப்பட்ட கவிஞர் லாரன்ஸ் பான்டல்மன் என்னிடம் கூறினார்: 'லாரன்ஸ் ஹோப்பின் கல்லறையைப் பார்த்திருக்கிறேன். பார்க் வீதியின் புராதன கல்லறைத்தோட்டத்தில் வடகிழக்கு மூலையில் அது

அமைந்திருக்கிறது.' அன்பை மதமாக மாற்றிய அந்த அழகியின் நிலையற்ற ஆத்மா அந்தக் கல்லறையின்மீது அசையும் நிழலாக, நண்பகல் வேளைகளில் விளையாடிக் கொண்டிருந்தது. அவளது வாழ்க்கையின் தணியாத தாகம், அந்தப் பூங்கொடிகளை நிரந்தர நடனக் கலைஞர்களைப் போல ஆடவைத்துக்கொண்டிருக்கலாம்.

அன்று எனது அம்மாவுக்கு சரஸ்வதி என்ற பெயரைக் கொண்ட ஒரு வேலைக்காரி இருந்தாள். எனது தங்கையைத் தூக்கிக்கொண்டு நடப்பதும் விளையாட்டுப் பொருட்களைப் பரப்பிவைத்து விளையாட்டுக் காட்டுவதும் மட்டுமே அவளது வேலை. அன்று அவளுக்கு வயது பதினெட்டு. ஒரு கறுப்புநிற அழகி. என் அம்மாவுக்கு அவள்மீது மிகுந்த பிரியம். அவளது முகஅழகைப் பற்றி அம்மா குறிப்பிடும்போதும், எனக்குச் சட்டை தைக்க வாங்கிய துணியை அவளுக்கு ரவிக்கை தைத்துக் கொள்ளக் கொடுக்கும்போதும் பொறாமையின் மெல்லிய வலியை மனத்திற்குள் உணர்ந்தேன். அழகு குறைந்தவள் என்பதற்காகப் பெற்றோர் என்மீது அன்பு செலுத்துவதில்லையென்று அன்றெல்லாம் கருதினேன். ஒரு திகைப்புடன் மட்டுமே நான் கண்ணாடியைப் பார்ப்பேன். பழுப்புநிறம். மெலிந்த கைகால்கள். சற்றே உந்திய பற்கள். முகத்தில் மூக்குக்கண்ணாடி. எட்டு வயதிலேயே உலகம் என்னை நிராகரித்துவிட்டதாகத் தோன்றியது. 'எனக்குக் கொஞ்சமும் அழகு கிடையாதா, நாராயணன் நாயரே?' நான் சமையல்காரனிடம் கேட்டேன். 'அழகெல்லாம் கொழந்தைக்குத் தானா வந்திடும். கொஞ்ச காலம் போகட்டும்...' என்றார்.

என் அண்ணன் அன்று ஊரில் மேல்நிலைப் பள்ளியில் படித்துக்கொண்டிருந்தான். அண்ணனின் பிரிவு எனக்கு மிகுந்த துயரத்தைத் தந்தது. ஒருகாலத்தில் நாங்கள் வீணையும் நாதமுமாக இருந்தோம். அண்ணனின் கற்பனைகள் அனைத்தையும் யதார்த்தங்களாக்க வேண்டுமென்று தொடர்ந்து முயன்றுகொண்டிருந்தேன். நாடகங்கள் எழுதி நடித்தோம். கையெழுத்துப் பத்திரிகைகளை நடத்தினோம். ஓலைவேய்ந்த கோயில்களை உருவாக்கினோம். அங்கு சிலைகளைப் பிரதிஷ்டை செய்தோம்; நாட்டு நடப்புகளைப் பற்றிச் சொற்பொழிவாற்றினோம். இவ்வுலகில் மிகப்பெரிய அறிவாளி என் அண்ணனென்று கண்களை மூடிக்கொண்டு நம்பினேன். நீண்டகாலமாக என்னுடைய புகைப்படத்தைத் தனது பர்ஸில் வைத்துக்கொண்டிருந்தான் அண்ணன். ஒரு கோடை விடுமுறையின்போது நாங்கள் சந்தித்துக்கொண்டோம். அவனது பர்ஸில் அந்தப் பழைய புகைப்படம் இல்லை. அன்று தன்னைக் காதலிக்கத் தொடங்கிய பெண்ணைப் பற்றி முதல் முறையாக என்னிடம் சொன்னான் அண்ணன்.

4

ஒரு பிறந்தநாள் நினைவு

எனது ஒன்பதாவது வயதில் அப்பா என்னைச் திருச்சூரிலிருந்த ஒரு போர்டிங் பள்ளிக்கூடத்தில் கொண்டு போய்ச்சேர்த்தார். ரோமன் கத்தோலிக்க வகுப்பைச் சேர்ந்த கன்னிகாஸ்திரீகளின் மடம் அது.

முன்பக்கம் சரளைக்கற்கள் பரப்பிய முற்றம், இடதுபக்கம் சில அடிகளுக்கு அப்பால் ஒரு சரிவில் நிறுவப்பட்ட போர்டிங். அதனெதிரில் வெண்டைக்காய்த் தோட்டம். கான்வென்டிற்குப் பின்னால் சீமைப்பலாமரம். அந்த மரத்தினடியில் வியப்பூட்டும் சத்தத்தை எழுப்பியபடி ஓடித்திரியும் வான்கோழிகள் ... தேவாலயம். இதையெல்லாம் பார்த்து அழுகையை அடக்கிக்கொண்டேன்.

அப்பா திரும்பிச் சென்றபோது சிஸ்டர் ஃபிலோமினா என்ற நடுத்தர வயது கன்னிகாஸ்திரீயின் பருத்த மென்மையான கை எனது தோளில் பட்டது. 'வா டியர்', அவர் சொன்னார். எதிர்பாராத அந்த அன்பு வெளிப்பாட்டின் எதிரில் முதிர்ச்சியடையாத என் இதயம் எல்லா ஆயுதங்களையும் தரையில் வைத்துச் சரணடைந்தது.

இரண்டு அல்லது மூன்று மாதங்கள் கழியும் போது என்னை நாலப்பாட்டு வீட்டுக்குக் கூட்டி வருவதற்காக அம்மா சில காரியஸ்தர்களிடமும் உறவினர்களிடமும் சொல்லி ஏற்பாடு செய்திருந்தாள். சவப்பெட்டியைப்போல நீளமான அகன்ற ஒரு கறுப்புப்பெட்டியுடன் கான்வென்ட்டுக்குப்

போனேன். அதைப் பார்த்த குழந்தைகள் கேலியாகச் சிரித்தார்கள். எனது சட்டைகளைக் கண்டதும் மேலும் உரக்கச் சிரித்தார்கள். கான்வென்ட்டுக்கு எடுத்துச் செல்ல வெள்ளை நிற கதர்த் துணியால் எட்டு ஃபிராக்குகளைக் குமாரன் என்கிற தையல்காரனிடம் கொடுத்துத் தைத்து வைத்திருந்தாள் பாட்டி. மெல்லியதும் இழைகள் நீங்கியதுமான அந்தத்துணி எனது உடலின் நிர்வாணத்தை வெளிப்படுத்தியது. ஃபிராக்கினடியில் பெட்டிகோட் என்கிற உள்ளாடையை அணிய வேண்டும் என்கிற ஞானம் எனக்கோ வீட்டாருக்கோ இருக்கவில்லை.

She had nothing under
When she came . . .

என்று உரக்கப் பாடியபடி சில ஆங்கிலோ – இந்தியக் குழந்தைகள் என்னை வரவேற்றார்கள். அவர்களின் உரத்தச் சிரிப்புக்கு முன்னால் ஒரு குற்றவாளியைப்போலக் குறுகிப்போனேன். அதிர்ஷ்டவசமாக எனக்கு அறைத்தோழிகளாக வாய்த்தவர்கள் நற்குணம் படைத்த மூன்றுபேர். 12 வயது ராஜி, 14 வயது மீனாட்சி, 16 வயது சாரதா மேனோன். சாரதா அறையின் மூத்தவளாக இருந்தாள். அவர்கள் அனைவரும் சேர்ந்து 'உல்பா' என்கிற செல்லப் பெயரை எனக்குப் பரிசளித்தார்கள். நான்கு குழந்தைகளைக் கொண்ட அவ்வுலகில் வயது குறைந்தவள் என்பதால் அவர்களில் யார் எதைச் சாப்பிடும்போதும் எனக்கும் ஒரு பங்கைத் தருவார்கள்.

சாரதா சிங்கப்பூரில் வளர்ந்தவள் என்பதால் அழகாகத் தைக்கப்பட்ட பல உடைகள் அவளிடம் இருந்தன. அன்றைக்கே ஐந்தடி ஐந்து அங்குலம் உயரம் அவளுக்கு இருந்தது. சற்று வளைந்த கால்களைக் கொண்டிருந்தாலும் ஒரு தனிப்பட்ட அழகுடைய கணுக்கால்களைக் காட்டியபடி நடந்துசெல்லும் சாரதாவைக் காதலிக்கவும் ரசிக்கவும் கான்வென்டில் ஒருபால் காதலிகள் ஆயத்தமாக இருந்தார்கள். ஆனால் சாரதா அவர்களைக் கடுமையாக ஏசினாள். இறுதியாக ஃபுளோரி என்பவளைத் தவிர அனைவரும் பின்வாங்கினார்கள். சாரதா அறையில் இல்லாத வேளையில் ஃபுளோரி அவளது தலையணையை முத்தமிடுவதும் அவளது துவாலையை முகர்ந்து பார்ப்பதுமாக இருப்பாள். இந்த எல்லாக் காட்சிகளுக்கும் சாட்சியாக நான் கட்டிலில் அமர்ந்திருப்பேன். ஆனால் ஃபுளோரி எனது இருப்பைச் சற்றும் பொருட்படுத்தமாட்டாள்.

ராஜி, பணக்காரரான டாக்டரின் ஒரே மகள். அளவுக்கு மீறிச் செல்லம் கொடுக்கப்பட்ட காரணத்தால் தன்போக்கில் வாழும் பெண். அவளுக்குப் பாடம் புகட்டவே பெற்றோர்கள் அவளை போர்டிங் பள்ளிக்கூடத்திற்கு அனுப்பியிருந்தார்கள். ஆனால் அவள் எப்போதும் கன்னிகாஸ்திரீகளுக்குப்

பாடத்தைப் புகட்ட முயற்சித்துக் கொண்டிருந்தாள். போர்டிங் தலைவியான சிஸ்டர் லாரன்ஸ் என்கிற கன்னிகாஸ்திரீயை ராஜி கடுமையாக வெறுத்தாள். அவர் திட்டும்போதெல்லாம் ராஜி முணுமுணுத்தாள்: 'கொல்லணும் இந்தச் சனியனை.'

ஒருமுறை காய்ச்சலால் பாதிக்கப்பட்டு வகுப்புக்குச் செல்லாமல் அறையில் படுத்துக்கொண்டிருந்தபோது சிஸ்டர் லாரன்ஸ் நோயாளியாக நடிப்பவர்களைப் பற்றிச் சிறு உரை நிகழ்த்தினார். வகுப்புக்குச் செல்லச் சோம்பல்பட்டு, வாய்க்குள் கையை நுழைத்து வாந்தியெடுத்ததாக அவர் குறிப்பிட்டாராம். அன்று சாயங்காலம் வகுப்பு முடிந்ததும் ராஜி பெட்டியில் சாமான்களை அடுக்கிவைத்து வீட்டுக்குப் புறப்பட்டுக் கொண்டிருந்தாள். அவளுக்கு மஞ்சள்காமாலை என்று மருத்துவர் கூறியதாக வீட்டிற்குத் தெரிவித்தபோது, உடனடியாகக் காரில் வந்து வீட்டுக்கு அழைத்துப் போவதாக அப்பா கூறினாராம். காரில் ஏறுவதற்கு முன்பாக மஞ்சள்கண்களோடும் உலர்ந்த உதடுகளோடும் ராஜி மீண்டும் என்னருகில் வந்தாள்:

'இன்று மதியம் நான் கழிப்பறைச்சுவரிலும் குளியலறைச் சுவரிலும் சிஸ்டர் லாரன்ஸைப் பற்றிச் சில விஷயங்களை எழுதியிருக்கிறேன். நீ போய்ப் பார்.'

அவள் என் காதில் கிசுகிசுத்தாள்:

'எனக்கு இந்த சிஸ்டரை மட்டுமல்ல, இந்த மதரிடமும் பயமில்லை' என்றாள் ராஜி.

ராஜி கிளம்பிச் சென்றதும் நான் கழிப்பறைச் சுவரிலும் குளியலறைச் சுவரிலும் எழுதப்பட்டிருந்த ரகசியங்களைப் படிப்பதற்காக ஓடினேன். சிஸ்டர் லாரன்ஸ் ஒரு கருங்குரங்கு என்றும் அவளது தலைக்குள் கடவுள் நாய்ப் பீயையும் சாணத்தையும் திணித்து வைத்திருப்பதாகவும் அவரைக் கடைசியில் கடவுள் அடித்துக் கொல்லாமல் இருக்க மாட்டாரென்றும் அந்தச் சுவரெழுத்துகள் மூலமாகப் புரிந்துகொண்டேன். எனக்கு அந்நிமிடத்தில் ராஜியின்மீது அதீதமான மரியாதை தோன்றியது.

ராஜி திரும்பி வந்த மாதத்தில்தான் எனது பத்தாவது பிறந்தநாள். அதை அமர்க்களமாகக் கொண்டாட என் அறைத் தோழிகள் தீர்மானித்தார்கள். முதலில் ஒரு பட்டாடையை அனுப்பித் தரும்படி அப்பாவுக்குக் கடிதம் எழுத நிர்பந்தித்தார்கள். அரை மனதுடன் நான் அப்பாவுக்குக் கடிதம் எழுதினேன். இந்த ஆடை மோகத்தின் காரணமாக அப்பாவின் பார்வையில் சற்றுத் தரங்குறைந்துவிடுவேனென்று எனக்குத் தெரியும். ஆனால் என்னைக்காட்டிலும் மாறுபட்ட பின்னணியில் வளர்ந்துவந்த அந்த மூத்த சகோதரிகளிடம் ஒருவார்த்தைகூட மறுத்துப் பேச

எனக்குத் தைரியமில்லை. பிறந்தநாள் நெருங்கிக்கொண்டிருந்தது. கல்கத்தாவிலிருந்து ஃபிராக் வந்து சேரவில்லை. அதற்கிடையில் சனி ஞாயிறு தினங்களை நாலப்பாட்டில் கழித்தேன். எனது பெரிய அத்தையின் சகோதரருடன் திருச்சூருக்குக் கிளம்பினேன். எனக்கு ஒரு சட்டைக்கான துணியை வாங்கித் தரச்சொல்லி பாட்டி கொஞ்சம் பணத்தை அவரிடம் கொடுத்தாள். அது துச்சமான தொகை. ஏனென்றால் சாக்கோளாவின் துணிக்கடைக்குள் நுழைந்ததும் அவர் தெருவில் செல்பவர்களுக்குக்கூடக் கேட்கும் விதமாகக் கூவிச் சொன்னார்:

“இந்தக் கொழந்தைக்குச் சட்டைத்துணி வேணும். என்ன நிறமாக இருந்தாலும் தேவலை. ‘சீப்பா’ இருக்கணும்.” பல ரகத்துணிகள் எங்கள் எதிரில் கலைத்துப் போடப்பட்டன. ஆனால் எதுவும் அவர் எதிர்பார்த்த அளவுக்கு மலிவானதாக இருக்கவில்லை.

‘இதைவிட மலிவா எதுவுமில்லையா?’ அவர் வியப்பை வெளிப்படுத்தினார். சீதாதேவியைப்போலப் பூமிக்குள் புதைந்து போய்விட வேண்டுமென்று விரும்பினேன். அந்தக் கணத்தைப் பற்றி இருபத்தைந்து வருடங்களுக்குப் பிறகு ஒருநாள் வேடிக்கையாக நினைவுகூர்ந்தேன். நான் மிகவும் நேசித்த ஒரு பணக்காரன் எனது பிறந்தநாளன்று என்னிடம் கூறினான்: ‘உனக்கு நான் எதை வாங்கித் தருவது? வைரமாலையா? பட்டுப்புடவையா? உனக்குப் பரிசளிக்க வேண்டும் என்று யோசிக்கும்போது இவையெல்லாம் விலைமதிப்பற்றவையாக எனக்குத் தோன்றுகிறது.’

எனது பெரிய அத்தையின் சகோதரர் சாக்கோளாவின் கடையிலிருந்து கறுப்புப் புள்ளிப்போட்ட ஒரு வெள்ளைத்துணியை வாங்கி என்கையில் தந்தார்.

எனது அறைத்தோழிகளுக்கு அந்தத் துணியைக் கொஞ்சமும் பிடிக்கவில்லை. ‘பாவம் உல்பா’ என்றார்கள். கல்கத்தாவிலிருந்து ஆடை வராமல் இருக்காது என்று அவர்களை ஆறுதல்படுத்தினேன். ஆனால், அப்பா சதாசமயமும் வேலையில் மும்முரமாக இருப்பார் என்றும் ஃபிராக் போன்ற முக்கியத்துவம் இல்லாத விஷயங்களை நினைத்துப் பார்க்கக்கூட நேரம் கிடைக்காது என்றும் எனக்குத் தெரியும். பிறந்தநாளுக்கு முந்தைய நாள் மதர் சுப்பீரியரின் அனுமதியுடன் நானும் சாரதாவும் மீனாவும் ராஜியும் ஷாப்பிங் போனோம். சாரதாவின் சித்தி மகள் சத்தியவதிக்குத் துணிவாங்கி அனுப்ப வேண்டுமென்று சொல்லி சாரதா எங்களை ஒரு துணிக்கடைக்கு அழைத்துப் போனாள். ‘சத்தியவதிக்கு உன் வயது. ஆகவே அவளுக்கான

ஆடையை நீ தேர்ந்தெடுக்க வேண்டும்' என்று சாரதா என்னிடம் கூறினாள்.

பல வண்ணங்களைக் கொண்ட துணிகள் பேரதிசயங்களைப் போல என் எதிரில் வந்து விழுந்தன. ஒவ்வொரு துணிக்கட்டையும் கலைத்துப்போடும்போது எழும் புதுமணம் பித்தேற்றியது.

நான் வயலட் நிறத்தில் வெள்ளைப்பூக்கள் போட்ட ஓர் இங்கிலீஷ் சீட்டித்துணியைத் தேர்ந்தெடுத்தேன்.

பிறந்தநாளன்று காலையில் என் அறைத்தோழிகள் ஒவ்வொருவரும் என்னை எழுப்பிப் பிறந்தநாள் வாழ்த்துகள் கூறினார்கள். கடைசியாக என் தலைமீது கையை வைத்து எனக்கு ஆசிவழங்கி சாரதா ஒரு பொட்டலத்தை என்னிடம் நீட்டினாள்.

'இது உனக்கு உல்பா' என்றாள். அவ்வாறு சத்தியவதிக்காக வாங்கப்பட்ட அந்த அழகான பரிசு எனக்குக் கிடைத்தது. எனது மனம் கிளிகள் பாடும் ஒரு பூங்காவனமானது. நான் சிரித்தேன். அழுதேன். என் கன்னத்தில் வழிந்த கண்ணீரைச் சாரதா தனது கைக்குட்டையால் துடைத்தாள்.

கிட்டத்தட்ட மூன்று வாரங்களுக்குப் பிறகு கல்கத்தாவிலிருந்து ஃபிராக் அழகாக வந்து சேர்ந்தது. என்னை ஒருபோதும் பார்த்திராத, என் அப்பாவின் அலுவலகச் செயலாளரான நடுத்தரவயது மிஸ். காரபியட் தேர்ந்தெடுத்த காரணத்தால் அது ஒரு பத்துவயதுக் குழந்தைக்குச் சற்றும் பொருத்தமானதாக இல்லை. என்னையொத்த நான்கு குழந்தைகளை அதற்குள் நிற்க வைக்க முடியும். அதை ஏமாற்றத்துடன் எனது பெட்டிக்கடியில் மடித்துவைத்தேன். திருச்சூரில் வசித்த அந்த நாட்கள் ஓர் ஆயுட்காலத்தைப்போல நீள்வதாக எனக்குத் தோன்றியது. ஒவ்வொரு நாளின் வரலாறும் ஒவ்வொரு சாகச வரலாறாக இருந்தது. கொய்யாவைப் பறித்தெடுத்து அடிப்பாதத்தில் ஒளித்து வைத்து ஓடுவது, மொட்டைத்தலை கன்னிகாஸ்திரீகள் தலையை மூடிக்கொண்டு தூங்கும் அறைகளின் ஜன்னல் படிமீது ஏறிநின்று எட்டிப் பார்ப்பது, சிரித்துக்கொண்டே அங்கிருந்து ஓடுவது, கான்வென்டின் எதிர்ப்புறமிருந்த ரீகல் ஓட்டலிலிருந்து ஐஸ்கிரீம் வாங்குவது, அனாதைவிடுதியின் குழந்தைகள் பலகாரங்களைத் திருடுவதைக் கண்டுபிடிப்பது – இத்தகைய செயல்பாடுகளில் மூழ்கியபடி நானும் ராஜியும் எங்கள் போர்டிங் பள்ளி வாழ்க்கையைக் குதூகலமாக்கிக்கொண்டோம். அக்காலத்தைப் பற்றி நினைவுகூரும்போதெல்லாம் எனது கையை இறுகப்பற்றி ஓடும் குறும்புக்காரியான ராஜி என் கண்முன் வந்து நிற்பாள்.

5

காதல் என்ற சொல்லின் பொருள்

கான்வென்ட் வாழ்க்கையை நிறைவுசெய்து விட்டு மீண்டும் பெற்றோர்களுடன் கல்கத்தாவுக்குக் கிளம்பத் தயாரானேன். அந்த வாரத்தில் எனது பெரிய தாய்மாமனின் தாயார் புற்றுநோயால் பாதிக்கப்பட்டு இறந்தாள். அறுபத்தி எட்டு வயதிலும் ஆரோக்கியத்துடன் திகழ்ந்த பெரியம்மா அச்சமயத்தில் மெலிந்துவிட்டாள். இறப்பதற்குப் பதினைந்து நாட்களுக்கு முன்பு அவள் முதல் முறையாக ஒரு வெள்ளை மாத்திரையை (ஆஸ்பிரின்) கேட்டாள். இரண்டு நாட்களாக வயிறு வலிப்பதாக அரை மனத்துடன் மற்றவர்களிடம் தெரியப்படுத்தினாள். 'கேசுமேனோன் (பெரிய அத்தையின் சகோதரர்) தலைவலிக்காக உட்கொள்ளும் அந்த மாத்திரையை வாங்கி வாருங்கள்' என்றாள். சகல வேதனைகளையும் – மானசீகமாகவும் உடல்ரீதியாகவும் – மறைத்து வைக்கப் பழகியிருந்தாள். தனது இதயத்தைச் சுற்றிலும் கருங்கல் மதிலை எழுப்பிய, பீஷ்மரின் முகத்தோற்றம் கொண்ட அந்தத் தைரியவதியின் குரல் வலியால் இடறியது. பாட்டி அதிர்ந்தாள். பாட்டியின் அம்மாவும் பயந்தாள்.

இரண்டு நாட்களுக்குள் முழுவதுமாகப் படுக்கையில் விழுந்துவிட்டாள். கிழக்கு அறையிலிருந்த தேநீர் தயாரிக்கும் பாத்திரங்களையும் அலமாரியையும் அப்புறப்படுத்தினார்கள். அங்கு குறுகிய ஒரு கட்டிலில் படுக்கையை விரித்துப்

பெரியம்மாவைப் படுக்கவைத்தார்கள். மருத்துவர் வலியைக் குறைப்பதற்கான மார்ஃபியா மருந்தைக் கொடுக்கத் தொடங்கியதும் உறங்கினாள். கண்விழித்த பின்பும் உறங்குவதைப் போலப் படுத்தபடி பத்து நாட்களைக் கழித்தாள். பெரியம்மாவின் கூந்தலில் வெள்ளைப்பேன்கள் நடமாடுவதைக் கவனித்தேன். அவரது மண்டையோட்டுக்கு அழிவின் நாற்றம் வந்து சேர்ந்தது. பெரியம்மா இறந்துகொண்டிருப்பதாக எனக்குத் தோன்றியது. அன்று, எனது பெரிய தாய்மாமன் நீரிழிவுநோயால் தாக்குண்டு உடல்முழுக்கக் கொப்பளங்கள் பழுத்துக் கடும் துன்பத்தை அனுபவித்தவாறு தெற்கு அறையில் படுத்துக்கிடந்தார். ஒரு மாலைநேரத்தில் அம்மாவைப் பார்ப்பதற்காகத் தாய்மாமனைத் தாங்கி எடுத்துவந்து ஒரு நாற்காலியில் உட்காரவைத்தார்கள். கண்விழித்திருந்த போதிலும் நினைவிழந்து கிடக்கும் அம்மாவைக் கண்டு தாய்மாமன் தேம்பியழுதார்.

மறுநாள் பெரியம்மா இறந்தாள். அச்சமயத்தில் எனது சித்திக்குத் திருமணமாகி, ஒரு நிலப்பிரபுவின் இல்லத் தலைவியாக வேறோர் இடத்தில் வசித்து வந்தாள். அந்தக் கிராமத்தின் மகுடம் அணியாத அரசனாக இருந்தார் சித்தியின் கணவரான கருணாகர மேனோன். அவரது வீடு உண்மையில் அரண்மனையாகவே இருந்தது. அதனுடைய வாசலிலும் திண்ணையிலும் சதாசமயமும் மக்கள் முறையீட்டு மனுக்களுடன் வந்து நின்றிருந்தார்கள். எனது சித்தப்பாவிடம் இருந்த பிரச்சனைகளுக்குத் தீர்வு காணும் திறமையை இவ்வுலகில் ஒரேயொரு ஆளிடம் மட்டுமே பார்த்திருக்கிறேன். அந்த ஆள் கிரீடம் தரிக்காத அரசர்களில் ஒருவரான பாட்டீல். சித்தப்பா குள்ளமான, தடித்த, காதுகளில் ரோமம் அடர்ந்தவராக இருந்தார். அழகாக வாய்விட்டுச் சிரிக்கக்கூடியவராக இருந்தார். குழந்தைகளான எங்களுக்கு அவரொரு ஹீரோவாக இருந்தார். அத்தகைய வீரனை வளைத்துப்போட்ட சித்தியிடமும் எனக்கு மரியாதை உண்டானது. கணவர் மனைவிக்குமிடையே நடக்கும் காதல் சமிக்ஞைகளைப் பற்றிய ஏகதேச வடிவம் முதல்முறையாக அந்த வீட்டிலிருந்துதான் எனக்குக் கிடைத்தது. மற்றவர்களின் எதிரில் அவர்கள் பரஸ்பரம் பரிமாறிக்கொண்ட கடைக்கண் பார்வைகளும் புன்னகைகளும் எனக்குப் புதியதோர் உலகைக் காட்டித் தந்தன. காதல் என்ற வார்த்தையின் பொருளைச் சிவனையும் பார்வதியையும் போலப் பரஸ்பர காதலர்களான அந்தத் தம்பதிகள் எனக்குக் கற்றுத்தந்தார்கள். ஒரு திருமணமும் ஒரு மரணமும் ஒரு நோய்ப்பாதிப்பும் நாலப்பாட்டு வீட்டில் பயங்கரமான ஒரு வெறுமையை உண்டாக்கியது. பாட்டியை நினைக்கும்போது பொங்கிவரும் அழுகையைக் கட்டுப்படுத்த

முயன்று, சீக்கிரமாகவே அப்பாவுடன் வண்டியேறிக் கல்கத்தாவுக்குப் பயணமானேன். குஞ்ஞாத்து என்கிற அறுபது வயதான வேலைக்காரனும் எங்களுடன் கல்கத்தாவுக்கு வந்தான். பட்டினியில் வாடும் குடும்பத்தைக் காப்பாற்ற வழியின்றி குன்னங்குளத்தில் அனாதை ஆவியைப்போல அலைந்து திரிந்த குஞ்ஞாத்துவுக்கு அப்பாவிடம் தனது நன்றியை எப்படித் தெரிவிப்பது என்று தெரியவில்லை. ஆகவே கல்கத்தாவின் லேண்ட் டவுன் சாலையில் அமைந்திருந்த வீட்டின், சமையல்கட்டை ஒட்டிய குளியலறையில் பீடியைப் புகைத்துக்கொண்டே என்னிடம் கூறுவான்:

'உன் அப்பா ராஜா, சக்கரவர்த்தி. என் கண்ணுக்கு அவர் தெய்வம். உன் அப்பா எனது குடும்பத்தைக் காப்பாற்றினார்.' அவரது பேச்சைக் கேட்டு ஓர் இளவரசியைப் போல மகிழ்ச்சியுடன் புன்னகைத்துக் கரிபடிந்த கோணிப்பைமீது அமர்ந்திருந்தேன். வாழ்க்கை மீண்டும் கால்சலங்கையை அணிந்துகொண்டது. என் அண்ணனை மீண்டும் ஊரிலிருந்து வரவழைத்தார் அப்பா. எங்கள் அண்டைவீட்டாராக ஓர் ஆந்திரக் குடும்பமும் இரண்டு வங்காளிக் குடும்பங்களும் இருந்தன. அங்கெல்லாம் எங்களுக்கு விளையாட்டுத் தோழர்களும் தோழிகளும் இருந்தார்கள். மாடி வராந்தாவிலிருந்து பார்க்கும்போது பிரசித்திபெற்ற பாவுல் சன்னியாசியின் மனைவி வசித்து வந்த வீடும் ரோஜாத்தோட்டமும் தெரியும். ஒரு பிரபுக்குடும்ப உறுப்பினர் இறந்தபோது அவரை மயானத்துக்கு எடுத்துப் போனார்கள். அங்கு மழையும் புயற் காற்றும் வீசியபோது எல்லோரும் பிணத்தை அங்கு விட்டுவிட்டு ஓடித் தப்பித்தார்கள். பின்னர் சில வருடங்களுக்குப் பிறகு ஒரு சன்னியாசி வந்தார். விதவையிடமும் விதவையின் சகோதரர் களிடமும் மரித்துப்போனதாக நம்பப்பட்ட அரசகுமாரன் என்றார். உயிரோடு இருந்த என்னை ஒரு சன்னியாசிக்கூட்டம் எடுத்துப்போய்ச் சிகிச்சையளித்துத் தங்களது குழுவில் சேர்த்துக்கொண்டது. அரசகுமாரனுக்குரிய சில ரகசிய உடல் அடையாளங்களைக் காண்பித்தார். இருப்பினும் மனைவியும் மைத்துனர்களும் அவரை நம்பவில்லை. சன்னியாசி வழக்குத் தொடுத்தார். வழக்கு முடிவதற்கு முன்பாகச் சன்னியாசி இறந்துபோனார். அந்த விதவைப்பெண் வெள்ளை உடையணிந்து பூந்தோட்டத்தில் அமர்ந்திருப்பதை அடிக்கடி பார்த்து நின்றேன். ஒரு திரைப்படத்தைப் பார்க்கும்போது எழும் பரவசத்தையும் மகிழ்ச்சியையும் அத்தகைய காட்சிகள் ஏற்படுத்தின.

எங்களது வீட்டின் வலதுபக்க வளாகத்தில் ஒரு பணக்காரக் குடும்பம் வசித்தது. மதுப்பூர் ஜமீன்தார்களான பானர்ஜிகளின் இல்லம் அது. எனது சமவயதுப் பெண் சாந்து ஒருமுறை

என்னை அங்கு அழைத்துப் போனாள். இருண்ட கூடத்திற்குள் நுழைந்தபோது அங்கிருந்த அலங்காரப் பொருட்களைக் கண்டு மலைத்துப் போனேன். இத்தகைய அழகுப்பொருட்களே பணக்காரர்களின் வாழ்க்கைச் சலனங்களின் பின்புலத்தைத் தீர்மானிக்கிறது என்பது அன்றுதான் எனக்கு விளங்கியது. வேலைப்பாடுகளாலான நாற்காலிகள், வில்லீஸ் திரைச்சீலைகள், உலோகப் பொம்மைகள், சிலைகள், சொர்க்கத்தின் பூந்தோட்டத்தைப் போலத் திகழும் பட்டுத் தரைவிரிப்பு. படியேறிச் சென்றபோது அங்கு ஓர் அறையில் கொசுவலை கட்டப்பட்ட கட்டிலில் ஒரு கிழவர் போர்வையை மூடிப் படுத்துக்கிடந்தார். அது சாந்துவின் தாத்தா. 'தாதூ, இதுதான் கமலா' சாந்து அவரிடம் கூறினாள். ஒரு வெள்ளாட்டின் முகச்சாயலைக் கொண்ட முகத்தைக் கோணியபடி சிரித்தார். தமாஷைக் கேட்டு நீளுவதைப் போன்ற நெடிய சிரிப்பு. இறுதியாக அங்கிருந்து தப்பித்து வந்ததும் முழுவதுமாக வேர்வையில் நனைந்திருந்தேன். பின்னர் மொட்டைமாடியின்மீது தனியாக நிற்கும்போது சாந்துவின் மரத்திலிருந்து சாம்பக்காய்களைக் கைநீட்டிப் பறித்துத் தின்று மனக்கோட்டைகளைக் கட்டினேன். ஒரு ஜமீன்தாரின் மனைவியாக அதைப் போன்ற வீட்டில் வசிப்பதைக் குறித்துக் கற்பனை செய்தேன். இவ்வுலகில் ஒரு சொர்க்கத்தை உருவாக்கி நானும் என் கணவரும் வாழ்க்கை நடத்துவோம்.

6

புச்சு என்கிற ஹிரண்

அவ்வப்போது இத்தகைய பகல் கனவுகளைக் கலைத்துவிட்டு ஒரு முரட்டுக்குரல் எழும்: 'ஏய், ஆமீ... ஏய், ஆமீ' படிக்கட்டின் கதவுப்படியில் ஒரு தடித்த குண்டு உருவம் வெளிப்படும். பக்கத்து வீட்டைச் சேர்ந்த ஹிரண் என்ற பெயரையும் புச்சு என்கிற செல்லப்பெயரையும் கொண்ட பதின்மூன்று வயதுப் பையன். 'உன் அம்மா நாலணா தருவாங்களா?' அவன் கேட்பான். 'நாலணா தேவைப்படுது. முக்கியத்தேவை.' புச்சுக்குப் பணத்தேவையில்லாத ஒருநாள்கூட இல்லை. அம்மாவின் இரும்புத் தையல்பெட்டியிலிருந்து பணத்தை எடுத்து அவனுக்குக் கொடுப்பேன். சிறிது காலத்திற்குப் பிறகே இந்தப் பணத்தின் மூலமாகவே வெள்ளிக்கோப்பைகளும் மெடல்களும் வாங்கிக்கொண்டிருந்தான் என்பது புரிந்தது. பள்ளிக்கூடத்திலிருந்தும் வேறு கிளப்களிலிருந்தும் தனக்குக் கிடைத்த பரிசுப்பொருட்களைக் காட்டித் தருவதற்காக அவ்வப்போது எங்களை அழைப்பான். நாங்கள் அந்தக் கோப்பைகளைக் கண்டு அதிசயித்தோம். அவனது பெயர் பொறிக்கப்பட்ட மெடல்களைத் தொட்டுப்பார்த்து ஒவ்வொருவரும் பொறாமைப்பட்டோம். பின்னர் ஒருநாள் பள்ளிக்கூடத்திற்குப் போய்ப் புச்சுவின் அப்பா உண்மையைத் தெரிந்துகொண்டார். அன்று புச்சுவுக்குப் பிரம்படி கிடைத்தது. அந்த வருடம் புச்சு தேர்வில் பரிதாபமாகத் தோல்வியடைந்தான்.

ஒரு மாதம்வரை அவனை வெளியில் விளையாட அவனது பெற்றோர்கள் அனுமதிக்கவில்லை. இருப்பினும் ஒரு மதியவேளையில் பூனையைப் போல எங்கள் சமையலறையின் கூரைமீது தென்பட்டான்.

'ஏன் நீ இத்தனை காலம் வரலை?' நான் கேட்டேன்.

'எனக்கு அம்மை போட்டிருந்துச்சு.' என்றான் புச்சு. ஆனால், முகத்தில் எந்தத் தழும்பும் காணப்படவில்லை.

'சமீபத்தில ஏதாச்சும் புது மெடல்கள் கெடைச்சிருக்குதா?' விசாரித்தேன்.

'கெடைச்சிருக்கு. நேத்து டோலிகஞ்ச் கிளப் மூலம் கிரிக்கெட்டுக்காக ஒரு கோப்பையை எனக்குத் தந்தாங்க. கவர்னர் தான் எனக்கு அந்தக் கோப்பையைத் தந்தார். ஏற்புரையாக ஒரு சொற்பொழிவைத் தட்டிவிட்டேன்...'

'எனக்குக் காட்டித் தருவீயா?' நான் கேட்டேன்.

'இப்ப முடியாது. அதை என் பள்ளிக்கூடத் தலைமையாசிரியர் எடுத்திட்டுப் போயிருக்கார். வரவேற்பறையில வெக்கறதுக்காக. வர்ற புதன்கிழமை பள்ளிக்கூட ஆண்டுவிழா. அது முடிஞ்சதும் எங்கிட்ட தந்திருவாங்க...' பின்னர் குரலைத் தாழ்த்திப் புச்சு கேட்பான்: 'ஆமீ, உன் அம்மாகிட்ட ஒரு ரூபா இருக்குமா? எனக்கொரு அத்தியாவசியத் தேவை இருக்குது...' புச்சுவின் பெற்றோர்கள் எம்.ஆர்.ஏ.வில் இணைந்திருந்தார்கள். ஆகவே பல வெளிநாட்டினர் அவர்களின் வீட்டுக்கு விருந்தாளிகளாக வருவார்கள். அங்கு அடிக்கடி நடைபெறும் விருந்துகளை நாங்கள் ஜன்னல் திரையின் பின்னால் நின்று பார்த்துக் கொண்டிருப்போம். பகட்டான ஆடையலங்காரங்களுடன் பெண்களும் ஆண்களும் பாட்டுக்கேற்ப நடனமாடுவதை எத்தனை நேரம் பார்த்தாலும் எனக்குச் சலிக்காது. கம்பீரமான ஆண்கள், அழகான பெண்கள், பூக்கள், ரத்தினங்கள் ஒளிர்வதைப் போல பளபளக்கும் ஆடைகள், பலவித உணவுவகைகள் பரப்பி வைக்கப்பட்ட மேசைகள், பாத்திரங்கள், பெண்களின் காதில் மின்னும் வைரக்கற்கள்... வானத்தின் திரைச்சீலையைச் சற்று உயர்த்தித் தேவலோகத்தைக் காண்பதைப் போல எனக்குத் தோன்றியது. மிகவும் எளிமையான வாழ்க்கைமுறையைக் கடைப்பிடிக்க என் பெற்றோர்களுக்குக் கற்றுத்தந்த மகாத்மா காந்தியை மௌனமாகச் சபித்தேன்.

அமெரிக்கக் குடும்பம் ஒன்று புச்சுவின் வீட்டில் விருந்தாளிகளாக ஒரு மாதம் தங்கியது. அவர்களுக்கு மூன்று குழந்தைகள். காத்ரீன் என்ற வாயாடியான காத்தி, புச்சுவுக்கு

அமெரிக்க உச்சரிப்பு முறையைக் கற்றுக்கொடுத்தாள். அன்றைய புச்சு என்னைக் கண்டும் காணாத பாவனையில் நடந்துகொண்டான். புச்சு மேல்தட்டு வர்க்கத்தினராகி விட்டான் என்றும் இனி ஒருபோதும் பாமர உலகிற்குத் திரும்பி வரமாட்டான் என்றும் கருதினேன். இரவுவேளைகளில் அதையெல்லாம் நினைக்கும்போது எனக்கு அழுகை வரும். காந்தியத் தண்டனைகளும் கடுமையான கொள்கைகளும் தடைகளும் என்னைச் சுற்றி இரும்புக்கம்பிகளை எறிந்து ஒரு சிறைக்கூடத்தை நிறுவியிருப்பதாகத் தோன்றியது. ஜன்னல் கம்பிகளில் முகம்புதைத்து, வெளியே... விடுதலை வெளியில் பறக்க விரும்பினேன். அக்காலத்தில் எனக்குக் கணிதம், புவியியல் பாடங்களைக் கற்றுத்தருவதற்காகத் திருவிதாங்கூரைச் சேர்ந்த ஆசிரியை வருவாள். அவள் முப்பது வயதான திருமணம் ஆகாதவள். ஒருமுறை புச்சுவின் வீட்டில் நடந்த இரவு விருந்தை இருட்டாக்கப்பட்ட அறையில், என்னருகில் நின்று ரசித்துக் கொண்டிருந்தாள். அப்போது சட்டென்று என் கையைப் பற்றினாள்:

'அதோ பார். அந்தப் பச்சைச் சட்டைக்காரனைத் தெரியுதா? அவனொரு நடத்தை கெட்டவன். எனக்கு அவனைத் தெரியும்.'

பின்னர், அவள் தனது முகத்தை முழுவதுமாகத் துணியால் மறைத்தபடி நடுங்கினாள். நடத்தை கெட்ட ஒருத்தன் புலியையும் சிங்கத்தையும் போல என் ஆசிரியையை அச்சுறுத்துவதைப் புரிந்துகொண்ட நான் வியப்புடனும் ஆவலுடனும் அவனது அசைவுகளைக் கவனித்தேன். அவன் பருத்த குண்டான சுருட்டை முடியைக் கொண்ட ஓர் இளைஞன். அவன் பெண்களின் எதிரில் மிகவும் பணிவாக நடந்துகொண்டான். அவர்கள் ஒவ்வொருவரும் உரையாடும்போது முழுக்கவனத்தையும் அவர்களின் வார்த்தைகளில் குவித்துப் புன்னகையுடன் நின்றான். பலமுறை பெண்களைப் பார்த்துச் சிரித்தான். இரையைத் தேடும் ஒரு காட்டு விலங்கின் உடல் லாவகத்தை அவனிடம் கண்டேன். அன்றைய சம்பவத்திற்குப் பிறகு நடத்தைகெட்டவர்களின் மந்திரச்சக்தியைப் பற்றி ஆவலுடன் சிந்திக்கத் தொடங்கினேன். கெட்டபெயரைச் சம்பாதித்தவர்களைத் தேடிப்பிடித்து அவர்களுடன் நெருக்கமாகவும் அவர்களை நேசிக்கவும் தொடர்ந்து முயன்றுகொண்டிருந்தேன். என்னைப் பொறுத்தவரை, அவர்கள் ஓர் அறியப்படாத கிரகத்தின் ஆதிவாசிகளாக இருந்தார்கள்.

பன்னிரண்டு வயதில் புத்தகவாசிப்புப் போதையில் முழுவதுமாக ஆழ்ந்து போனேன். டிக்கன்ஸின் புத்தகங்கள்

ஒவ்வொன்றையும் பள்ளி நூலகத்தில் அமர்ந்து வாசித்தேன். ஓய்வுவேளைகளில் அழுதும் மூக்கைச் சிந்தியும் கதைகளை வாசித்துக்கொண்டிருந்தேன். துன்பியல் கதைகளைக் கொண்ட புத்தகங்களே எனக்கு மிகவும் பிடித்தமானவை.

அவ்வேளையில் மேஜர் மேனோன் என்பவர் எங்கள் குடும்ப நண்பரானார். அவர் ஒரு லட்சாதிபதி ஒரு சிற்றரசரின் மகன். அவர் திருமணம் ஆகாதவர் என்பதை அறிந்த ஒரு பெண்மணி – வீட்டின் வேறொரு விருந்தாளி – ஒருமுறை சிருங்காரச் சேட்டைகளுடன் மிகுந்த நாணத்தை வெளிப்படுத்திக் கதவின் திரைச்சீலைக்குப் பின்னால் நின்று, ‘எந்த வாசனைத் தைலத்தைப் பூசுறீங்க? இரவுநேரத்தில குளிப்பீர்களா?’ போன்ற அந்தரங்கமான கேள்விகளைக் காமக்கணைகளைப் போல அவர்மீது தொடுப்பதைக் கவனித்தேன். அவளது முகஸ்துதியும் காதல்சமிக்ஞையும் இறுகத் தொடங்கியபோது மேஜருக்கு அவள்மீது சற்று ஈர்ப்பு எழுந்ததாக நாங்கள் உணர்ந்தோம். தொடர்ந்து அந்த அதீத மோகம் கல்யாணத்தில் நிறைவடையக் கூடாது என்பதற்காக அந்தப் பெண்ணின் பழசாகி உளுத்துப்போன நிறம் மங்கிய டூத் பிரஷை எடுத்து வந்து மேஜருக்குக் காட்டினோம். பின்னர் அவளைக் கண்டதும் அரைகுறைப் புன்னகையுடன் அந்த அறையைவிட்டு மேஜர் வெளியேறிவிடுவார். மேஜர் மேனோன் குழந்தைகளான எங்களை அடிக்கடி சினிமாவுக்குக் கூட்டிப் போவார். நான்கோ ஐந்தோ புத்தகங்களை எனக்குப் பரிசளித்தார். அக்காலத்தில் நாங்கள் காஸ்மோ பிளேயர்ஸ் என்கிற ஒரு பேட்மின்டன் கிளப்பை நடத்தி வந்தோம். ஒரு மணிப்புரி நடனக்கலைஞன் – ப்ரஜபாஷி என்ற பெயரைக்கொண்ட ஒரு குரு – எனக்கும் எனது பக்கத்துவீட்டுப் பெண்ணான சரோஜாவுக்கும் நடனம் கற்றுத்தர வருவார். உடற்பயிற்சிகளால் மினுங்கும் தோலும் சாவதானமாகப் பருத்து வரும் உடலும் அக்காலத்தில் ஒரு தன்னம்பிக்கையை எனக்களித்தது. யாரும் இல்லாத நண்பகல் வேளையில் சட்டையைக் கழற்றிக் கண்ணாடியில் தெரியும் எனது உடலைச் சோதித்துப் பார்த்தேன். புடைத்து வரும் மார்பைப் பார்த்தபோது திடீரென்று புதையலைக் கண்டடைந்த ஒருவனின் மனநிறைவை உணர்ந்தேன். அப்போது முதல் முறையாக எனது உடையில் படிந்த மாதவிடாய் ரத்தத்தைக் கண்டு பயந்து அலறினேன். ‘இத்தனை அசடா இருக்கியே பெண்ணே!’ எனது வேலைக்காரி மூக்கின்மீது விரலை வைத்தபடி சொன்னாள்: ‘அப்போ ஒரு கல்யாணப் பையன் வர்றப்ப, கொழந்தை அலறிப்புடைக்கமாட்டியா?’

வாசிப்பு புதிய எல்லைகளுக்கு நகர்ந்துகொண்டிருந்தது. இசடோரா டங்கன் (Isadora Duncan) வாழ்க்கைக்கதை, அன்னாகரினீனா, ஆஸ்கர் வைல்டின் படைப்புகள் என்னைக் கவர்ந்தன. இரவு பன்னிரண்டு மணிவரை வாசிப்பில் மூழ்கினேன். என் மூக்குக்கண்ணாடி வில்லையின் தடிமன் அதிகரிக்கத் தொடங்கியது. எனது பகல் கனவுகள் மேலும் வண்ணப் பொலிவுடன் ஒளிரத்தொடங்கின.

முதலில் எங்கள் உறவினர்களில் ஒருவனான பதினெட்டு வயதுப் பையனைக் காதலிக்கத் தொடங்கினேன். பொதுச் சேவையில் அளவற்ற கவனம் கொண்டவனும் எதிர்ப்பாளியுமாக இருந்தான் அவன்.

7

ஒரு ஹிட்லர் காம்ப்ளக்ஸ்

இன்றும், முதல் ஞாபகமாக அந்த 'பிக்னிக்' காட்சியைக் காண்கிறேன். கல்கத்தாவிலிருந்த ஏதோவொரு பூங்காவுக்கு என்னையும் மற்ற குழந்தைகளையும் ஆசிரியைகள் அழைத்துப் போனார்கள். எங்களுடன் ஆர்ச்சி என்ற பெயர் கொண்ட ஆளும் வந்திருந்தான். குளிர்கால வெளிர் சூரியன் வானத்தின் ஓர் ஓரத்தில் ஒளிர்ந்து கொண்டிருந்தது. குழந்தைகள் புல்தரையில் படுத்தும் புரண்டும் விளையாடிக்கொண்டிருந்தார்கள். 'ஆர்ச்சி ஓ ஆர்ச்சி' என்று கூவி அந்த மனிதனின் முகத்தில் ஒரு பட்டுத்துணியை உதறும் பெண். அவனது உரத்த சிரிப்பு. மருதாணி வேலிக்கருகில் படுத்தவாறு வானத்தைப் பார்த்தேன். அன்று எனக்குத் தோழிகள் யாருமில்லை. மருதாணிப் பூக்களின் மெல்லிய நறுமணத்தையும் மனத்தின் வலியையும் உணர்ந்தேன்.

எனது முதல் பள்ளிக்கூடம் பார்க் தெருவில் இருந்தது. வீட்டைவிட்டு நானும் அண்ணனும் சமையல்காரனின் துணையுடன் செல்லும்போது வழியிலிருந்த மயானத்தில் போகன்வில்லா பூக்கள் பூத்து நிற்பதைப் பார்ப்போம். அதற்கு அப்பால் ஒரு சிறிய கடை இருந்தது. அதிலிருந்து வாரத்திற்கொருமுறையோ இரண்டுமுறையோ சிவப்புக்காகிதத்தில் சுற்றப்பட்ட ஒரு நெஸ்லே சாக்லெட்டை வாங்கி நானும் அண்ணனும்

பங்கிட்டுத் தின்போம். சமையல்காரன் ஒரு பீடிக்கட்டை வாங்கி, அதை ஜேபியில் போட்டு, அதிலிருந்து ஒரு பீடியை எடுத்துக் காதுக்கு மேலே செருகி வைப்பான்.

அன்று எனது பள்ளிக்கூடத்தில் பழுப்புநிறத்தவர்களாக நானும் எனது அண்ணனும் வேறு மூன்று குழந்தைகளும் மட்டுமே இருந்தோம். காலைநேரப் பிரார்த்தனைக்கூடத்தில் பியோனோவுக்குப் பக்கத்திலுள்ள சுவரின்மீது பிரிட்டிஷ் அரசகுடும்பத்தின் வண்ண ஓவியம் கில்ட் சட்டகத்திற்குள் போடப்பட்டு மாட்டப்பட்டிருந்தது – ஆறாம் ஜார்ஜும் அரசியும் அவரது இரண்டு குழந்தைகளும். ரூல் பிரிட்டானியா என்னும் தேசியக்கீதத்தைப் பாடும்போது அடிக்கடி தலையுயர்த்தித் தலைமையாசிரியை அந்த ஓவியத்தைப் பார்ப்பார். அரச குமாரிகள் நிறைய சுருக்கங்களைக் கொண்ட இளம்நீல சட்டைகளை அணிந்திருந்தார்கள். அவர்களைப் பார்த்தவாறு மற்ற குழந்தைகளுடன் சேர்ந்து பாடவும் உதடுகளை அசைக்கவும் எனக்கு மிகவும் ஆர்வமாக இருந்தது.

மேபல் என்பதுதான் எங்கள் வகுப்பு ஆசிரியையின் பெயர். அவளுக்கு அன்று பதினாறோ பதினெட்டோ வயது மட்டுமே ஆகியிருந்தது என்பதைப் பிற்பாடு கேட்டுத் தெரிந்துகொண்டேன். சிவப்புச்சாயம் பூசிய உதடுகளும் சுருண்ட கூந்தலும் கொண்டவளாக இருந்தாள் மேபல். அவளைக் காண்பதற்கும் அவளுடைய சுருண்ட கூந்தலைப் பிடித்திழுக்கவும் தினமும் வந்துகொண்டிருந்த ஆர்ச்சி என்னும் மனிதனைக் கண்டு பயந்தோம். அவன் கறுப்புத் தோலையுடைய என்னை வெறுப்புடன் மட்டுமே பார்த்தான். நிறவேற்றுமையின் குரூரத்தை அந்தப் பள்ளிக்கூடத்தில்தான் முதல்முறையாக அனுபவித்தேன். பொன்னிற முடியையும் சிவந்த தோலையும் உடைய குழந்தைகளைத் தூக்கி மடியில் வைத்து அவர்களை முத்தமிடும் ஆசிரியைகள், ஒருநாள்கூட என்னை அருகில் அழைத்ததோ தொட்டதோ கிடையாது. வெள்ளைத்துணியால் தைக்கப்பட்ட ஒரு பகட்டில்லாத ஃபிராக்கை அணிந்துகொண்டு அந்தச் சிவப்புநிறச் சமுதாயத்தில் நிற்கும்போது எனது கறுப்புநிறத்தைக் குறித்து வெட்கப்படுவேன். ஏதோ ஒரு தீயதெய்வம் என்மீதும் அண்ணன்மீதும் சேற்றை வாரிப் பூசி, இவ்வுலகை நோக்கி எங்களைத் தள்ளிவிட்டதாக நம்பினேன். வெள்ளைக்காரர்களின் இந்த நாகரிக உலகில் என்றும் சபிக்கப்பட்டவளாக இருக்கப்போவதாகக் கருதினேன். ஆங்கிலேயர்களைப் போலி செய்யவும், அல்லது அவர்களைப் போலி செய்யும் ஆங்கிலோ இந்தியர்களைப் போலவேனும் நடந்து கொள்ளவும் அன்று ஒவ்வொருவரும் முயன்றுகொண்டிருந்தோம்.

இவ்வுலகில் சிறியதோர் அங்கீகாரத்தைப் பெறுவதையும் மற்றவர்களின் அரவணைப்புகளை அனுபவிப்பதையும் தவிர வேறு எந்தவழியையும் தேடியதில்லை.

எனது தலைமையாசிரியையின் பெயர் மேடம் டிஸில்வா. அவர் விதவை என்பதால் எப்போதும் கறுப்புநிற ஆடைகளையே உடுத்தி வந்தார். அவரது கழுத்தில் ஒரு பெரிய தங்கச்சிலுவை சங்கிலியால் கோர்க்கப்பட்டு தொங்கிக்கொண்டிருந்தது. அவரது பிறந்தநாளைக் கொண்டாடுவதற்காக, குழந்தைகள் அவருக்குப் பரிசுப்பொருட்களைக் கொடுப்பது வழக்கம். அறிவாளியும் வியாபாரியுமான என் தந்தை அவருக்குப் பரிசளிப்பதற்காக விலைமதிப்புமிக்க ஒரு வெள்ளிப்பாத்திரத்தை வாங்கித் தந்தார். அந்தப் பரிசளிப்புக்குப் பிறகு மாணவி, ஆசிரியை உறவு சற்று மேம்பட்டது. பள்ளிக்கூடத்தைப் பார்வையிடுவதற்காகப் பிரபல விருந்தாளிகள் வருகை தந்தார்கள். அந்த நாட்களில் அழகான குழந்தைகளை விருந்தாளிகளுக்கெதிரில் கூடத்தில் வரிசையாக நிற்க வைப்பார்கள். ஷெர்லி டெம்பிள் என்கிற குழந்தை நட்சத்திரம் அன்று எல்லோருடைய ஆராதனைக்கும் உரியவளாக இருந்தாள். அவளது சாயலைக்கொண்ட வேறோரு ஷெர்லி எனது வகுப்பில் இருந்தாள். அவளை எல்லா விருந்தாளிகளுக்கும் அறிமுகப்படுத்தி வைக்க தலைமையாசிரியை ஒருபோதும் மறந்தது கிடையாது. கோளின் என்கிற நடனக்காரி, பள்ளிக்கூடத்தின் அடுத்த மணிவிளக்காகத் திகழ்ந்தாள். அவள் விருந்தாளிகளுக்காகப் பாலே நடனமாடுவாள். கரிபிடித்த விளக்குகளாகக் காட்சி தந்த நானும் வேறுசிலரும் இதையெல்லாம் பார்த்தபடி திரைச்சீலையின் பின்னால் மறைந்து நிற்போம்.

பத்து வருடங்களுக்குப் பிறகு கணவருடன் கல்கத்தாவுக்குப் போனேன். பழைய நினைவுகளைச் சுமந்து ஒருநாள் காலை பத்தரை மணிக்கு பார்க் தெருவில் நடந்து போனேன். எனது பள்ளிக்கூடம் அமைந்திருந்த இடத்தில் தற்போது ஒரு விபசாரவிடுதி செயல்பட்டு வருவதாக ஒருவர் என்னிடம் கூறினார். வாயிலை நெருங்கியதும் எனது கால்கள் முன்னோக்கி நகரவில்லை. புற்தரையில் பிரம்புநாற்காலியில் உட்கார்ந்து சில நடுத்தர வயதுப் பெண்கள் ‘உண்மைக் காதல் கதைகள்’ என்கிற மாதஇதழை வாசித்துக் கொண்டிருந்தார்கள். காலையில் நீரில் கழுவி முதுகில் உலரப் போடப்பட்டிருந்த கூந்தலில் நரைமுடிகள் தென்பட்டன. இவர்கள்தானோ இரவின் விளையாட்டுப் பொம்மைகள்? நான் வியப்புடன் அவர்களையே பார்த்துக்கொண்டிருந்தேன். எனது பள்ளிக்கூடத்தின் வரலாற்றுக்கு, உலகிற்கு எடுத்தியம்ப அதற்கேயுரிய ஒரு நீதிபோதனை இருந்திருக்கலாம். அது என்னவென்று மட்டும் எனக்குத் தெரியாது.

முன்னர் கல்கத்தாவில் நாங்கள் வசித்துவந்த வீட்டிற்குள் செல்ல சுமார் அறுபது படிக்கட்டுகள் இருந்தன. வால்ஃபோட்ஸ் என்னும் மோட்டார் கார் கம்பெனியின் பணிமனையின் மேல்தளத்தில் எங்கள் வீடு அமைந்திருந்தது. பாதிப் படிக்கட்டுகள் ஏறினால் படியின் வலதுபக்கத்தில் ஒரு நுழைவுவழியைக் காணலாம். அதனூடாகப் பிரவேசித்தால் சமையல்காரனின் இருட்டறையையும் குளியலறையையும் காணலாம். இருட்டறையில் வழக்கம்போல எப்போதும் பீடிப்புகை தேங்கிக் கிடக்கும். குளியலறையில் சதாபொழுதும் தண்ணீர் வழிந்துகொண்டிருக்கும் குழாய் இருந்தது. சமையல்காரனின் வசிப்பிடத்தைப் பார்வையிடத் தேவையில்லை என நீங்கள் கருதினால் படிக்கட்டுகளில் தொடர்ந்து ஏறி எனது வீட்டின் வரவேற்பறையை அடையலாம். அங்குள்ள எல்லா அறைகளிலும் தரையிலிருந்து கூரைவரை உயர்ந்திருக்கும் ஜன்னல்கதவுகள் இருந்தன. ஜன்னல்கதவுகளின் கீழ்ப்பகுதி எப்போதும் சாத்தப்பட்டிருக்கும். இருப்பினும் அவற்றைத் திறந்து நானும் அண்ணனும் கம்பிகளுக்கிடையே கால்களை வெளியில் போட்டுச் சாலையில் போகும் வாகனங்களையும் மனிதர்களையும் பார்த்து ரசித்துக்கொண்டிருப்போம். தலா, மாதா என்ற பெயரைக் கொண்ட இரண்டு பெண்கள் அந்தச் சாலையில் தினமும் மாலைவேளையில் நடந்து போவதாக நம்பிக்கொண்டிருந்தேன். அம்மா அவர்களைப் பார்த்ததில்லையென்று சொல்வதுண்டு. எனவே, அதுவொரு கனவாக இருக்கலாம்.

பள்ளிக்கூடம் இல்லாத நாட்களில் என்னையும் அண்ணனையும் எண்ணெய் தேய்த்து நிற்கவைப்பாள் அம்மா. உடல் முழுவதும் எண்ணெய் தேய்த்த பிறகு சுவரையோ வீட்டுச் சாமான்களையோ தொடக்கூடாது. தரையில் விரிக்கப்பட்டிருக்கும் செய்தித்தாள்களில் அமர்ந்து ஏதேனும் விளையாடலாம். அந்த வேளைகளில் தரையில் ஒரு பாயை விரித்து அதில் குனிந்து உட்கார்ந்து அம்மா கவிதை எழுதிக்கொண்டிருப்பாள். எழுதிக்கொண்டிருக்கும்போது பக்கத்திலிருக்கும் டின்னிலிருந்து பேரீச்சம்பழத்தை எடுத்துத் தின்பதையும் காணலாம்.

அம்மாவும் அப்பாவும் எளியதொரு வாழ்க்கையை வாழ்ந்து கொண்டிருந்தார்கள். அம்மா ஒருநாளும் ஷாப்பிங் போனதில்லை. வீட்டுக்கணக்குகளைப் பார்ப்பதும் சமையலறைப்பொறுப்பும் சலவைக்குத் துணிகளைக் கொடுப்பதும் சமையல்காரனின் வேலைகள். அம்மாவின் கைவசம் பணம் இருக்காது. ஒரு வட்டவடிவ இரும்புப்பெட்டியில் பொத்தான்களையும் ஊசியையும் நூலையும் அப்பாவின் பக்கிள்களையும் அம்மா

பாதுகாத்து வைத்திருந்தாள். அதைத் திறந்து அதில் கையைவிட்டுத் துழாவி ஒன்றோ இரண்டோ அணாக்களை அவ்வப்போது எனக்கும் அண்ணனுக்கும் தருவாள். சாலையில் போகும் குரங்காட்டியை வீட்டுக்கு அழைத்து குரங்கை ஆடவைக்க அந்த நாணயத்தைச் செலவழித்தோம். அடிக்கடி மத்தியானம் அம்மா தூங்கிக்கொண்டிருக்கும் வேளைகளில்தான் ஐஸ்கிரீம்காரனின் அழைப்பு கேட்கும். சாலையிலிருந்து ஏதோ ஒரு பறவையின் குரலைப்போல எழுந்து வரும். 'ஐஸ்கிரீம் மக்னோலியா...' நீண்டுநீண்டு கேட்கும் ஒரு கூவல். அம்மாவின் தையல் பெட்டியைத் துழாவிக் காசையெடுத்து நாங்கள் அவனை மேலே வரவழைப்போம். மஞ்சள் நிறத்தாலான ஒரு பெட்டியைத் தனது சைக்கிளில் பொருத்தி ஐஸ்கிரீம்காரன் நடமாடுவான். வெண்ணிறக் குச்சி ஐஸ்கிரீமுக்கு இரண்டணா விலை.

அந்நாட்களில் என் அம்மா வெள்ளை மற்றும் இளம் மஞ்சள் நிறமுள்ள கதர்ப்புடவைகளையே தினமும் உடுத்துவாள். குளித்து முடித்ததும் இன்றைய நாட்களைப் போலவே அந்த நாட்களிலும் ஒரு மணிநேரத்திற்குப் பிரார்த்தனை தொடரும். அது முடிந்ததும் நெற்றியிலும் உச்சந்தலையிலும் குங்குமப்பொட்டு வைப்பாள். அன்று அப்பாவும் அம்மாவும் காந்தியடிகளின் சீடர்களாக இருந்தார்கள். ஆடம்பரமோகம் தவறு என்று அவர்களிருவரும் நம்பினார்கள். ஆகவே எனக்கு வெண்ணிற ட்வில்சட்டைகளை மட்டுமே அப்பா வாங்கித் தருவார். மற்ற குழந்தைகள் அவர்களின் பெற்றோர்களுடன் எங்களைக் காணவரும் போது நான் அவர்களின் வண்ணமயமான ஆடைகளைக் கண்டு பொறாமைப்பட்டேன். இரவுக்கனவுகளில எப்போதும் வண்ணமயமான ஆடைகளை அணிந்தேன். கழுத்திலும் கையிலும் பொன்னாலான ஆபரணங்களை அணிந்தேன். நான் சிவந்த நிறத்தைப் பெற்றேன். எனது கூந்தலில் கருமை மாறி அது பொன்னிறத்தைப் பெற்றது. விருந்தாளிகளின் எதிரில் ஒரு வானவில்லைப் போலத் தோன்றினேன். நானும் ஒரு ஷெர்லி டெம்பிள் ஆனேன். நான் சுருக்கங்களைக்கொண்ட பாவாடையின் விளிம்பைப் பிடித்தபடி பாலே நடனமாடினேன். அரசனும் அரசியும் அரசகுமாரிகளும் என்னை நோக்கி ரோஜாப்பூக்களைத் தூவினார்கள்.

என் கைவசம் ஒருசில விளையாட்டுப் பொருட்களே இருந்தன. விளையாடுவதற்காகப் பொன்னிறக் கூந்தலைக் கொண்ட ஒரு செல்லுலாய்டு பொம்மையும் மரத்தாலான ஒரு குரங்கும் மட்டுமே என்னிடம் இருந்தன. மம்மா என்பது பொம்மையின் பெயர். அம்மா அதற்கு ஒரு வெள்ளைச்சட்டை தைத்துத் தந்திருந்தாள். அதனுடைய இடுப்பில் நானொரு சிவப்பு

நாடாவைக் கட்டினேன். அந்தச் சமயத்தில்தான் என் வாழ்க்கையில் ஒரேயொரு திருட்டைச் செய்தேன். அப்பாவின் நண்பரான ஒரு கிருஷ்ணன்நாயர் கல்கத்தாவுக்கு வருகைதந்து ஒருவாரம் எங்களுடன் தங்கினார். அவரைக் கப்பல் கிருஷ்ணன்நாயர் என்று எனது வீட்டார் அழைத்தார்கள். அவரிடம் திருகும்போது முனை வெளியில் வரும் ஒரு பென்சில் இருந்தது. வெண்மையான அந்தப் பென்சில் பிளாஸ்டிக்கோ செல்லுலாய்டோ வேறு எதையோ வைத்துத் தயாரிக்கப்பட்டிருந்தது. அதன்மீது அந்த வருடத்தின் நாட்காட்டியும் இருந்தது. அத்தகையதோர் அதிசயப்பொருளை அன்றுவரை பார்த்ததில்லை. ஒரு மாலைநேரத்தில் விருந்தினர் அறைக் கட்டிலின் தலைமாட்டில் மாட்டப்பட்டிருந்த கோட்டிலிருந்து அந்தப் பென்சிலைத் திருடினேன். அப்போது எனக்குள் ஒரு நிலநடுக்கம் நிகழ்ந்துகொண்டிருந்தது. அந்தப் பென்சிலை ஷூக்கள் வைக்கப்பட்டிருக்கும் தாங்கியின் அடியில் ஒளித்துவைத்தேன். மறுநாள் காலையில் அங்குப் போய்த் தேடிப் பார்த்தபோது எனக்கு அது கிடைக்கவில்லை. திருட்டுக் கலையில் என்னைக்காட்டிலும் கைதேர்ந்த யாரோ ஒருவர் அந்த வீட்டில் இருந்திருக்க வேண்டும். ஓய்வுநாட்களில் நானும் அண்ணனும் தினசரிகளில் இடம்பெற்றுள்ள புகைப்படங்களை வெட்டியெடுத்து ஆல்பத்தில் ஒட்டுவோம். அண்ணனின் ஹீரோ முசோலினி. என்னுடைய ஹீரோ ஹிட்லர். அண்ணன் மேசையின் மீதேறி நின்று முசோலினியாக நடித்துப் பல சொற்பொழிவுகளை நடத்தினான். நான் ஹிட்லரை நடித்துக்காட்டி தலைமுடியை நெற்றியில் இறக்கி வாரினேன். பெரியவள் ஆனதும் இன்னொரு ஹிட்லராக வேண்டுமென விரும்பினேன். எனது உடல் இளைத்துக்கொண்டிருப்பது சமையலறை உரையாடலுக்கான விஷயமானது. சமையல்காரனும் துப்புரவாளனும் சேர்ந்து எனது உணவுமுறைகளைப் பற்றித் தீவிரமாக விமர்சித்தார்கள். இறைச்சியும் மீனும் உண்ண வேண்டும் என்றார்கள். என்றும் இப்படி 'எலும்புக்கூடாக'வே இருந்தால் போதுமாவென்று சமையல்காரன் என்னிடம் கேட்டான்.

8

நிலையானதும் பாதுகாப்பானதுமான ஓர் அன்புக்காக

இரண்டாவது உலகப்போர் தொடங்கியது. போர் தீவிரமடைந்தபோது அப்பா என்னையும் அண்ணனையும் வண்டியில் ஏற்றி ஊருக்கு அனுப்பினார். அன்று எனது குடும்ப வீடான நாலப்பாட்டில் முதுமையடைந்துகொண்டிருந்த ஏழுபேர் இருந்தார்கள். அம்மும்மா (அம்மாவின் அம்மா), சித்தி, பக்கவாதத்தால் படுக்கையில் கிடக்கும் பாட்டி, வேறொரு பாட்டி, பெரிய தாய்மாமன், அம்மும்மாவின் அத்தைப்பாட்டி, ஏழாவதாக மகாத்மா காந்தியும். மகாத்மா காந்தி அப்படிச் சொன்னார், மகாத்மா காந்தி இப்படிச் சொன்னார் என்று எப்போதும் பாட்டிகள் உருப்போட்டுக் கொண்டிருந்தார்கள். எல்லா அறைகளிலும் மகாத்மா காந்தியின் படங்கள் மாட்டப்பட்டிருந்தன. மகாத்மா காந்தி குருவாயூருக்கு வந்தபோது நாலப்பாட்டுப் பெண்கள் தங்கள் ஆபரணங்களைக் கழற்றி அவருக்குக் காணிக்கை அளித்தார்கள். நாலப்பாட்டுப் பெண்களின் மோசமான பொருளாதார நிலையை நினைவுகூரும்போது மட்டுமே இந்தத் தியாகத்தின் மகத்துவம் விளங்கும். எனது சித்தி அக்காலத்தில் ஒரு சன்னியாசினியைப்போல வாழ்ந்தார். வெள்ளைக்கதர் ஆடை. எண்ணெய்ப் பிசுபிசுப்பில்லாத சுருண்ட கூந்தலை ஒரு சரடால் கட்டி முதுகில் போட்டிருப்பார். ஒரு துயரத் தோற்றத்தை

மட்டுமே ஆபரணமாக அணிந்து அவர் நடந்துசெல்வதைக் கண்டு இளைஞர்களில் பலர் அவரைக் காதலித்திருக்கக்கூடும். திருமண ஆலோசனைகளை நிராகரித்துக்கொண்டே இருந்தார். ஒரு நோட்டுப் புத்தகத்தில் எழுதிவைக்கப்பட்டிருந்த குமாரன் ஆசானின் கவிதைகளை மெல்லிய குரலில் வாசித்தவாறு ஜன்னல்படியில் அவர் அமர்ந்திருக்கும் அழகிய காட்சியை இப்போதும் நினைவுகூர்கிறேன். நான் அன்று காதலைப் பைத்திய மாகவும் நோயாகவும் வேதனையாகவும் ஒரு தவமாகவும் புரிந்துவைத்திருந்தேன். திவாகரனின் மடியில் புன்னகையுடன் இறக்கும் நளினியையும் பைத்தியம் பிடித்த காதலனைத் தேடிக் களைப்புற்று வந்து சேர்ந்த லீலாவையும் காலம் தாழ்த்தி வந்து சேர்ந்த உபகுப்தனை அன்பு ஒளிரும் விழிகளுடன் பார்க்கும் படுகாயமடைந்த வாசுவதத்தையையும் கண்டேன். அவர்கள் உண்மையான தபசிகளாக எனக்குத் தோன்றினார்கள்.

நான் ஊருக்கு வந்த பிறகு அம்மும்மாவும் பாட்டிகளும் சேர்ந்து எனது உடம்பைத் தேற்றவும் எனது அகோரங்களைக் குறைக்கவும் ஒரு திட்டத்தை வகுத்தார்கள். தினமும் மஞ்சள் எண்ணெய் தேய்த்துக் குளிப்பாட்டியும் கூந்தலில் எண்ணெய் புரட்டியும் அம்மும்மா என்னை அழகுபடுத்த முயன்றாள். சீரக்குழி அச்சுதன்நாயர் என்ற குழந்தைகளுக்கான சிசிச்சை நிபுணர் அன்று குருவாயூரில் தங்கியிருந்தார். அவரை அழைத்து வந்து எனது உடலைப் பரிசோதித்தார்கள். ஆட்டுப்பாலில் முத்தங்காவைத் தட்டிப்போட்டுக் காலையில் அதைக் குடித்த பிறகே படிப்பறைக்குச் செல்வேன். எனது குருநாதர் அந்த ஊரிலிருந்த ஒரே பள்ளிக்கூடத்தின் தலைமையாசிரியராக விளங்கிய பிராமணர். அவரை மட்டுமே இப்போதும் எனது குருநாதராகக் கருதுகிறேன். எனது குறுகிய மாணவப் பருவத்தில் வேறெந்த ஆசிரியருக்கும் நான் இத்தனை மரியாதையைத் தந்ததில்லை. பின்னர் அவர்களெல்லாம் நண்பர்களானார்கள். இப்போது எனக்கு அவர்களின் முகங்கள் மறந்துவிட்டன.

கிராமப்புறத் தொடக்கப் பள்ளிக்கூடத்தில் சேர்ந்தபோது கல்கத்தாவிலிருந்து வித்தியாசமான ஓர் உலகிற்குள் பிரவேசித்தேன். எனது வீட்டிலும் முற்றத்திலும் சுற்றுப்பகுதிகளிலும் வேலை செய்துகொண்டிருந்தவர்களின் பிள்ளைகளுடன் ஒரே பெஞ்சில் அமர்ந்து படிக்கத் தொடங்கியபோது எனக்குச் சற்று முக்கியத்துவம் வந்திருப்பதாகத் தோன்றியது. என்னருகில் பெஞ்சில் அமர்ந்திருக்கும் வேலு என்னும் பையன் ஒருநாள் எங்கள் வீட்டில் ஆனி மாதம் பூராடம் நாளில் நடத்தக்கூடிய கஞ்சி ஊற்றலில் பங்கேற்கச் சட்டியுடன் வந்திருந்தான். அன்று மற்ற யாசகர்களில் வேலு ஒரு முக்கியமானவனாக இருந்தான்.

வேலுவுக்குக் கூடுதலாகக் கஞ்சியைக் கொடுக்கவும், வேலுவுக்குக் கூடுதலாக உப்பில் ஊறவைத்த மாங்காயைக் கொடுக்கவும் என்றெல்லாம் கூவிச்சொன்னவாறு நானும் அண்ணனும் எனது சின்னத்தம்பியும் ஜன்னல்படிமீது அமர்ந்திருந்தோம்.

எனது வகுப்பாசிரியர் மீசையும் சுருள்முடியும் கொண்ட இளைஞர். அவர் ஒருமுறை எந்தக் காரணமும் இல்லாமல் என்னைக் கேலி செய்தார். 'அரை உசிர்' என்கிற கேலிப்பெயரையும் எனக்குச் சூட்டினார். குழந்தைகள் அனைவரும் உரக்கச் சிரித்தார்கள். எனது தோழன் வேலு மட்டும் சிரிக்கவில்லை. எப்போதும் பீளைகட்டிய கலங்கிய கண்களை மூடியும் திறந்தும் பெஞ்சில் அமர்ந்து தூங்கி வழிந்துகொண்டிருப்பான் வேலு.

வயதுவந்த பிள்ளைகள் – எட்டாம் வகுப்பு மாணவர்கள் – அந்த ஆசிரியரின் செல்லமாக இருந்தார்கள். அவர்களைப் பக்கத்தில் நிறுத்தி அவர்களிடம் வேடிக்கையாகப் பேசுவதையும் அவர்களைச் சிரிக்கவைப்பதையும் பார்த்துக்கொண்டிருப்பேன். வகுப்பு முடிந்ததும் மதிய உணவுக்காகக் கிளம்புவதற்குச் சற்றுமுன்பு ஆசிரியர் ஒரு கோபிகாநாதனாக மாறுவார். செக்ஸ் அப்பீல் என்கிற விசித்திரமான தேஜஸின் மகத்துவம் அன்றுதான் எனக்கு ஓரளவு புரிந்தது.

எனது சகதோழி தேவகி அவ்வேளையில் எனக்கொரு கடிதத்தைத் தந்தாள். அதை வீட்டுக்குப் போய் வாசிக்க வேண்டுமென்றும் அதற்கான பதிலை மறுநாள் பள்ளிக்குக் கொண்டுவரவேண்டுமென்றும் என்னிடம் கூறினாள். அந்தக் கடிதத்தை நான் பாக்கெட்டில் போட்டேன். பிறகு மறந்து போனேன். அதைப் பார்த்த அம்மும்மா வியப்படைந்தாள். எனது உயிர்த்தோழி, நான் கமலாவை நேசிக்கிறேன், என்னுயிரே என்றெல்லாம் அதில் தேவகி எழுதிக் கொட்டியிருந்தாள். அன்று அம்மும்மா என்னிடம் கோபப்பட்டாள். அந்தப் பெண்ணுடன் பேசக் கூடாது என்றும் அத்தகைய கடிதங்கள் தான்தோன்றித்தனமானவை என்றும் கூறினாள். அடுத்தநாள் தேவகி என்னிடம் பதில் கடிதத்திற்காக வந்தபோது 'எனக்குக் கடிதம் எழுதத் தெரியாது' என்றேன். அத்துடன் தேவகிக்கு என்னை அலுத்துவிட்டது. பின்னர் அவள் வகுப்பிலேயே அதிக வயதுடைய ஒரு பெண்ணுடன் கடிதப் பரிமாற்றத்தைத் தொடங்கினாள். அது ஓராண்டு தொடர்ந்தது. அன்று கோவிந்தகுறூப் என்ற பையன் எங்கள் பள்ளிக்கூடத்தில் படித்து வந்தான். பள்ளிக்கூடத்திலேயே மிகவும் குறும்புக்காரப் பையனாக இருந்தான். பார்வைக்கு அழகன். நான் அமர்ந்திருந்த அறையில் எனது வகுப்பும் கோவிந்தகுறூப்பின் வகுப்பும் இருந்தன. அவன் ஆசிரியர்களிடம் எதிர்த்துப் பேசுவதையும்

தண்டனை பெறுவதையும் பார்த்தும் கேட்டும் என் மனம் அமைதியிழந்தது. ஆசிரியரைக் குறித்து ஏதோ கீழ்த்தரமாகச் சுவரில் எழுதி வைத்தபோது கோவிந்தகுறூப்பின் கன்னத்தில் வலிக்கும்படியாக அறைந்தார் ஆசிரியர். கோவிந்தகுறூப் சிவந்த கன்னத்தைத் தடவியபடி வகுப்பைவிட்டு வெளியேறினான். அப்போது அவனைக் காதலிப்பதாகவும் அவனுக்குச் சாதகமாக நான் இருப்பதாகவும் கூற ஆசைப்பட்டேன். ஆனால், நான் கோழை. ஒருமுறை அம்மும்மாவிடம் கூறினேன்:

'எனக்கு கோவிந்தகுறூப்பைக் கல்யாணம் பண்ணிக்கிட்டா போதும்.'

'ச்சே, உளறாதே.' என்றாள் அம்மும்மா. ஆனால், கோபம் கொள்வதற்குப் பதிலாகச் சிரித்தாள். ஒருநாள் ஞாயிற்றுக்கிழமை மத்தியான வேளையில் நானும் தோழிகளும் சேர்ந்து பாம்பின்காவு திண்ணையின்மீது ஏதோ விளையாடிக்கொண்டிருக்கும்போது கோவிந்தகுறூப் வாசற்படியைக் கடந்து முற்றத்திற்கு வந்தான். எனது இதயம் பலமாகத் துடித்தது. இரண்டு மூன்று நிமிடங்களுக்குள் அவன் உரக்கப் பேசுவது கேட்டது. எனது பெரிய தாய்மாமன் பகல் உறக்கத்திலிருந்து விழித்தெழுந்தார். தாய்மாமன் படிப்புரை மாளிகையிலிருந்து கீழே வந்தபோது அறிமுகம் இல்லாத கோவிந்தகுறூப்பைக் கண்டு கோபமுற்றார்: 'எங்கிருந்து இந்தப் பையன் வந்திருக்கான்? இங்கிருந்து போ' தாய்மாமன் உரக்கக் கத்தினார். இயல்பாகவே நேருக்குமாறாகப் பேசுபவனும் தைரியசாலியுமான கோவிந்தகுறூப் தலையைத் தாழ்த்தி வாசற்படியைக் கடந்து வெளியேறினான். என்னுடைய தாய்மாமன் போலித்தனமானவர். வசதியற்றவர்களை உரிய இடத்தில் நிற்க வைக்க வேண்டுமென்று நம்பிக்கொண்டிருந்தார். ஏழைகளையும் அறிவில்லாதவர்களையும் அடிக்கடி ஏசினார். ஆனால் வீட்டிலுள்ள குழந்தைகளை அவர் ஒருபோதும் திட்டியது கிடையாது. வருடத்திற்கு ஓரிருமுறை அவர் திருச்சூருக்குப் போவதுண்டு. அங்கிருந்து மாலைவேளையில் திரும்பும்போது எனக்குச் சட்டை தைப்பதற்காக ஆங்காங்கே புள்ளிபோட்ட துணியையும் எழுதுவதற்கு வயலட் பென்சிலையும் வாங்கி வந்து தருவார். பெண்கள் ஆடம்பரத்தை விரும்பக்கூடியவர்களாக இருக்கவேண்டுமென்பது தாய்மாமனின் அபிப்பிராயம். தாய்மாமனின் மனைவி காளிபுரயத்து பாலாமணியம்மா எல்லா நாளும் முழு அலங்காரங்களுடனும் சிறந்த ஆடைகளுடனும் மட்டுமே நாலப்பாட்டு வீட்டில் வலம்வருவார். அவரது இனிய குணத்தையும் அலங்காரங்களின் சோபையையும் அவர் உபயோகித்த ஆட்டோ தில்பஹார் என்னும் வாசனைத் திரவியத்தின் நறுமணத்தையும் இப்போதும் நினைவுகூர்கிறேன்.

நினைவுகூரும்போது எனக்கு அழுகை வருகிறது. தாய்மாமனின் மரணத்திற்குப் பிறகு ஒரு விதவையின் அழுக்கேறிய தோற்றத்தைத் தரும் உடையில் காணப்பட்டார். அவரிடம் ஏற்பட்ட மாற்றம் கடினமாகவும் பொறுத்துக்கொள்ள முடியாததாகவும் இருந்தது.

மலையாள வாசிப்பில் தேர்ச்சி பெற்றபோது எனது வாழ்க்கைக்குள் இலக்கியவாதிகள் ஆரவாரத்துடன் பிரவேசித்தார்கள். ஒவ்வொரு திங்கட்கிழமையும் மாலை வேளைகளில் வந்துசேரும் *மாத்ருபூமி* வாரப்பதிப்பில் பொற்றேக்காட்டின் கதைகளை வாசித்தேன். சென்னையில் ஒரு விடுதியில் வசித்து வந்த நாராயணன்குட்டி என்கிற அப்பாவி, வேலைக்காரியைக் கர்ப்பிணியாக்கிய கதையை பி.ஸி. குட்டிக்கிருஷ்ணன் (உரூப்) அன்று வெளியிட்டிருந்தார். பாவச்செயல் அப்பாவித்தனத்திலிருந்து பிறக்கிறது என்கிற கோட்பாடு எனக்குள் அக்காலத்தில் மிகுந்த மனத்தடுமாற்றத்தை உண்டாக்கியது. ஆண்பெண் உறவைப் பற்றியும் அதற்கு அடிப்படையான காதலைப் பற்றியும் எனக்குப் பல சந்தேகங்கள் இருந்தன. ஆனால், அந்தச் சந்தேகங்களை நிரவுவதற்கு அம்மும்மாவும் பாட்டியும் சற்றும் உதவவில்லை. எல்லாப் பெண்களுக்கும் காதலன் ஸ்ரீகிருஷ்ணனா? எல்லா ஆண்களுக்கும் காதலி ராதையா? இத்தகைய கேள்விகளுக்குப் பாட்டிகள் ஒருபோதும் பதிலளிக்கவில்லை. காதல் களத்தில் மகாத்மா காந்தி ஒருபோதும் பாண்டித்யத்தை வெளிப்படுத்தவில்லையே.

கொஞ்ச காலத்திற்குப் பிறகு எனது கூந்தல் வளர்ந்தது. நானோர் அசல் கிராமத்துப் பெண்ணாகிப் போனேன். ஓணப் பண்டிகைக் காலங்களில் பூக்கூடைகளில் பூக்களைச சேகரித்துப பூக்கோலம் தயார்ப்படுத்தவும் ஆடி மாதத்தில் 'ஸ்ரீபகவதி'க்குப் படைக்கவும் யாசகர்களுக்கு அரிசியும் நெல்லும் வாரிவழங்கவும் பறைக்காக வரும்போது நெல்நிறைத்த பறை, தென்னம்பூக்குலை, விளக்கு ஆகியவற்றைத் தயார் செய்யவும் கோயிலுக்குச் சென்று வழிபடவும் பிரசாதத்தைக் கைநீட்டி வாங்கவும் கற்றுக்கொண்டேன்.

மீண்டும் கல்கத்தாவுக்குச் செல்ல நேர்ந்தபோது மரத்துப்போன இதயத்துடன் வண்டி ஏறினேன். அம்மும்மாவின் அழுது சிவந்த முகத்தை அந்தப் பயணத்தின்போது ஒரு கனவைப்போலக் கண்டுகொண்டிருந்தேன். கிராமிய உடையைக் கழற்றி மீண்டும் நாகரிகப் பெண்ணாக மாறுவதற்குக் கட்டாயப் படுத்தப்பட்டேன். அன்பின் நாட்டிலிருந்து அவ்வப்போது என்னை வெளியேற்றிக்கொண்டிருக்கும் எனது விதியைச் சபித்தேன். நிலையானதும் பாதுகாப்பானதுமான ஓர் அன்புக்காக ஏங்கிக்கொண்டிருந்தேன். எனது கால்கள் ஊன்றி நிற்பதற்கு ஏற்ற ஓர் அடித்தளத்திற்காகவும்...

9

ஸ்ரீகிருஷ்ணன் – பெண்ணின் கணவன்

ஐந்தாவது வயதில் என் தந்தை ஊருக்கு அழைத்து வந்து அம்மும்மாவிடம் ஒப்படைத்துவிட்டு கல்கத்தாவுக்குத் திரும்பிப்போனார். குழந்தைகளைப் பிரிந்து வாழ்வது சற்றுச் சிரமமானது என்று அம்மா கருதியபோதிலும் அப்பா அந்த அபிப்பிராயத்தைச் சற்றும் பொருட்படுத்தவில்லை. எனது அம்மாவுக்கு அப்பாவை வசீகரித்துக் கைக்குள் போட்டுக் கொள்ளும் பெண்களுக்கேயுரிய திறமை இருக்கவில்லை. எனது தாயார் பெண்களின் உடலமைப்பைக்கொண்ட ஓர் ஆண் என்று எனக்குப் பலமுறை தோன்றியதுண்டு. தனது பலவீனத்தை வெளிப்படுத்தி ஒருவரின் பாதுகாப்பை யாசித்துப் பெறுவதற்கான வித்தையை அவள் சிறிதும் கற்றதில்லை. நேர்மாறாக, தனது வலிமையை வெளிப்படுத்துவதற்கான ஆர்வத்தைக் காட்டினாள். நான்கு வேலையாட்கள் செய்து முடிக்கவேண்டிய வீட்டுவேலையை உற்சாகத்துடன் ஒவ்வொரு நாளும் செய்து வந்தாள். வீட்டு வேலைக்காரர்கள் கொழுக்கத் தொடங்கினார்கள். அவர்கள் சோம்பேறிகளானார்கள். அவர்கள் அம்மாவின் நற்பண்புகளைப் புகழ்ந்து பேசினார்கள். அம்மா ஷாப்பிங் நடத்தும்போது தனக்காக எதையும் வாங்கமாட்டாள். அழகான பொருட்களைத் தனதாக்கிக்கொள்ள அவள் ஒருபோதும் விரும்பியது

கிடையாது. அவ்வப்போது ஏதேனும் புத்தகங்களை வாங்குவாள், அவ்வளவுதான். என் கணவருக்கும் அம்மாவின் அதே குணம். அந்தத் தன்னலமின்மையை நான் மதிக்கிறேன்.

எனது அம்மும்மா தனது முப்பத்து ஆறாவது வயதில் விதவையானாள். அவளது இல்லற வாழ்க்கை மகிழ்ச்சிகரமாக இருந்ததாம். பொருளிழந்த ஒரு அரசகுடும்பத்தின் மூத்தவராக இருந்தார் அவளது கணவர். கண்ணையும் காதையும் பொத்தி அவரை நேசித்தாள் அம்மும்மா. அத்தகைய அன்புக்கான பிரதிபலனும் அம்மும்மாவுக்கு அவரிடமிருந்து கிடைத்தது. ஒருமுறை ஒரு சிவப்பு ரவிக்கையை அணிந்துகொண்டு திருச்சூர் பூரம் திருவிழாவுக்குப் போக வேண்டுமென்று தனது ஆசையை வெளிப்படுத்தினாள் அம்மும்மா. மறுநாள் பூரம் திருவிழா. அவளது கணவர் அன்றிரவு பதினொரு மணிக்கு ரவிக்கையைத் தைத்து எடுத்து வந்தார். பின்னர் அதிகாலை நான்குமணிக்கு சிவந்த ரவிக்கையை அணிந்தவளும் அழகியுமான அம்மும்மா அவருடன் மாட்டுவண்டியில் திருச்சூருக்குப் பயணமானாள். அவ்வாறு கணவனின் அன்பு என்கிற அமுதத்தை அனுபவிப்பதற்கான பேறு கிடைத்ததாக அம்மும்மா ஒருமுறை என்னிடம் கூறினாள்: ‘கணவன் இறந்துவிட்டால் பெண் வெறும் வேலைக்காரி. மற்றவர்களுக்கு அவளது தேவை வேலைக்காரி என்கிற நிலையில் மட்டும்.’

நிறம் மங்கிய மல்மல் வேட்டியும் ரவிக்கையுமே அம்மும்மாவின் உடையாக இருந்தன. தேவையான உடலழகும் சரும மினுமினுப்பும் அவளுக்கு இருந்தன. ஒருநாள் அவள் குளிப்பதற்காகக் குளத்தில் இறங்கியபோது நாலப்பாட்டுக்கு விருந்தாளியாக வந்திருந்த வழக்கறிஞர் குளப்புரையின் கதவைத் தள்ளித் திறந்து உள்ளே நுழைந்தார். அவர் கேரளம் முழுவதும் அறியப்படும் ஸ்திரீலோலனாக இருந்தார். படிக்கட்டுகள் இறங்கித் தன்னை நோக்கி நெருங்கி வரும் அந்த மனிதனைக் கண்டபோது அம்மும்மா அஞ்சி நடுங்கினாள். ஈரத்துண்டைச் சுற்றியபடி அங்கிருந்து ஓட்டம் பிடித்தாள். பின்னர் பலமுறை அந்தக் கொடிய நிமிடத்தைப் பற்றி என்னெதிரில் தன்னிடமே பேசுவதைப் போலச் சொல்வாள். அந்நிகழ்வு தனது பெண்மையைப் பற்றியும் அழகின் செழுமையைப் பற்றியும் அவளுக்கு நினைவூட்டியிருக்க வேண்டும். அந்த நினைவூட்டல் அவளை அதிர வைத்திருக்க வேண்டும். ஒரு பழைய பெட்டியைத் திறக்கும்போது முன்பு எப்போதோ அதற்குள் வைத்து மறந்துபோன தங்கக்காசு மீண்டும் கண்ணில் படுவதைப் போன்றிருந்தது அந்த நினைவூட்டல். காரணம், வீட்டு வேலைகளை வேகவேகமாகச் செய்ய உதவும் உபகரணமாக மட்டுமே தனது உடலை அவள் பார்த்திருந்தாள்.

நாலப்பாட்டு வீட்டில் அக்காலத்தில் எங்குமே கண்ணாடிகள் இருக்கவில்லை. எனது சித்தி வெள்ளைக் காதி உடையையும் காந்திஜியின் எளிய வாழ்க்கைமுறைகளையும் ஏற்றுக்கொண்டு கிட்டத்தட்ட சன்னியாசினியைப்போல வாழ்ந்துகொண்டிருந்த காலமது. அவளுக்குக் கண்ணாடி தேவையாக இருக்கவில்லை. வடக்கு அறையின் ஜன்னல்படிமீது ஒரு கண்ணாடித்துண்டை ஒரு ரகசியத்தைப்போல வேலைக்காரி ஒளித்து வைத்திருந்தாள். கண்ணாடியைப் பார்த்து ரசிப்பது போலிகௌரவத்தைப் பறைச்சாற்றுவதாக நாலப்பாட்டு வீட்டார் கருதி வந்தார்கள். தத்தமது உருவத்தைப் பற்றிய, மனப்பூர்வமாக வளர்த்திக் கொண்டு வந்த அந்த அலட்சியப்போக்கும், போலிகௌரவத்தின் ஒரு வகைப்பாடு என்பதை அவர்கள் அறிந்திருக்கவில்லை. மனிதர்களிடம் வழக்கமாகக் காணப்படும் குறைபாடுகள் எதுவும் எனக்குக் கிடையாது எனக் கருதி வாழும் ஒருவன் கடவுளை ஏமாற்றவே முயற்சிக்கிறான்.

அவ்வேளையில் அழகும் இசைஞானமும் கொண்ட ஒரு பெண் எங்கள் வீட்டுக்கு வேலைக்காரியாக வந்து சேர்ந்தாள். அவள் சில பாடல்களைப் பாடினாள். எனக்கு நடனம் கற்றுத்தந்தாள். என்ன நடனம்? ஒருவிதக் கோமாளித்தனம். ஒருநாள் மாலைநேரத்தில் நான் எனது மாடியறையில் அத்தகைய நடனத்தை ஆடினேன். எனது ஒரேயொரு பார்வையாளராக இருந்த அந்தப் பெண் மிகுந்த உற்சாகத்துடன் என்னைக் கட்டியணைத்தாள். அந்நிமிடத்தில் என்னை மகரிஷியாகவும் அவளை மத்ஸ்யகந்தியாகவும் கற்பனை செய்துகொண்டேன். எனது அம்மும்மா நிலைப்படியில் நின்று எட்டிப் பார்த்ததை நான் கவனிக்கவில்லை. அன்றிரவு பாட்டி என்னைத் திட்டினாள். என்ன கிறுக்குத்தனங்களைச் செய்துகொண்டிருக்கிறாய் என்கிற கேள்வியுடன் வசைமழையைத் தொடங்கினாள். பெண்பிள்ளைகளின் நற்பெயரைக் களங்கப்படுத்துவது எளிது; அதை இழந்துவிட்டால் பின்னர் எது இருந்தும் பயனில்லை என்றாள். சிரித்தால் நற்பெயர் கெட்டுவிடுமா? ஒருவரைக் கட்டியணைத்தால் நற்பெயர் கெட்டுவிடுமா? நான் கேட்டுக் கொண்டேயிருந்தேன். அவள் பதிலளிக்காமல் கலங்கிய கண்களுடன் உறங்கப் போனாள். ஒருவரைக் கட்டியணைக்கவும் முத்தமிடவும் அன்பை வெளிப்படுத்தவும் ஏன் விரும்புகிறோம் என்று அன்றிரவு படுக்கையில் படுத்தபடி என்னிடமே கேட்டேன். அந்தக் கேள்விக்கு இன்றும் பதிலில்லை.

என் பெற்றோர்கள் என்னை முத்தமிட்டது கிடையாது. அம்மும்மாவும் ஒருபோதும் என்னை முத்தமிட்டது இல்லை. முதல்முறையாக என்னை முத்தமிட்டது பதினெட்டு வயதான

ஒரு கல்லூரி மாணவி. அவள் ஓரினச்சேர்கை இயல்பினள் என்று அவளது சகதோழிகள் என்னிடம் சொல்லியிருந்தார்கள். நானும் அவளும் மற்றவர்களுடன் புகைவண்டியில் ஊருக்குத் திரும்பிக் கொண்டிருந்தோம். நள்ளிரவு இருட்டில் அவள் என்னருகில் வந்து என் முகத்தை முத்தங்களால் நிறைத்தாள். 'நான் உன்னை நேசிக்கிறேன்' என்று மீண்டும்மீண்டும் சொன்னாள். அன்று எனக்குப் பதினான்கு வயது. நான் அந்த முத்தங்களுக்குக் கீழ்ப்படிந்தேன். என்னை மதிப்பிட முற்பட்ட அந்தப் பெண்ணிடம் இன்றும் நன்றிக்கடன் பட்டிருக்கிறேன். அவள் உருவாக்கித் தந்த தன்னம்பிக்கை பின்னர் ஒருபோதும் என்னைக் கைவிட்டதில்லை.

பெண்மையுடன் தொடர்புகொண்ட எல்லாக் குணக்கேடுகளும் என்னிடம் தாராளமாக இருந்தன. பாதுகாப்பைக் குறித்து அபரிமிதமான ஏக்கம், அழகுப்பொருட்கள்மீதும் நறுமணப்பொருட்கள்மீதும் உள்ள மோகம், குதூகலிப்பதற்கும் அகந்தை கொள்வதற்குமான ஈடுபாடு, வீரபுருஷர்களுடனான வழிப்பாட்டு மனோபாவம் – அவ்வாறு நீண்டு செல்லும் ஒரு பட்டியல். பாதுகாப்பைப் பற்றிக் கூறும்போது எனக்கொரு கதை நினைவுக்கு வருகிறது. முன்பொருமுறை எனது சித்தி குருவாயூருக்குப் போய் இறைவனை வழிபட்டுத் திரும்பிக்கொண்டிருந்தாள். அங்கு நடைக்கல்மீது நின்றிருந்த ஒரு பிச்சைக்காரிக் கிழவி அவளை நோக்கிக் கைநீட்டிக் கெஞ்சினாள்: 'ஒரு காசு தாங்க. கண்தெரியாத கெழவிக்கு . . .'

சித்தி அந்த முகத்தை உற்றுப் பார்த்தாள். உலர்ந்து சுருக்கம் விழுந்த வெளிறிய முகம். படலம் விழுந்த கண்கள். நெற்றியின் மீது பச்சைகுத்திய பொட்டு.

'நீங்க உண்ணி மாயம்மாதானே?' சித்தி கேட்டாள். அந்தக் கிழவி ஓவென்று அழுதாள். நாலப்பாட்டுக் குடும்பத்துடன் முன்னர் தொடர்புவைத்திருந்த ஒரு குடும்பத்தைச் சேர்ந்த உண்ணி மாயம்மா அவள். அவளது இரண்டாவது மகள் கீழ்ச்சாதிக்காரனுடன் ஊரைவிட்டு வெளியேறியபோது உண்ணி மாயம்மாவும் அவர்களுடன் சென்றாள். பின்னர் வறுமையின் கொடுமையால் கல்நெஞ்சாகிப்போன மகள் தனது தாயை வீட்டைவிட்டுத் துரத்தினாள். எனது சித்தி அவளது கையைப் பிடித்துக் காரிலேற்றி நாலப்பாட்டுக்குக் கூட்டிவந்தாள். கிழக்கு அறையிலிருந்த சேனைக்கிழங்கு, பூசணிக்காய் போன்றவற்றை அப்புறப்படுத்தி, அந்த இருட்டில் பாயை விரித்து அங்கு உண்ணி மாயம்மாவைப் பெண்பிறவியின் துயரக்குறியீட்டைப்போல, கொடிய சிலையைப்போலப் பிரதிஷ்டை செய்தாள். அவள்

நான்கரை ஆண்டுகள் கழித்துச் சாகும்வரை தனது மகளின் நன்றிகெட்ட குணத்தைப் பற்றிக் காகத்தின் குரலில் சபித்துக் கொண்டிருந்தாள்.

நாலப்பாட்டு வாயில் முகப்பிலிருந்த வயல்வெளியின் இன்னொரு மூலையில் வேறொரு உண்ணி மாயம்மா வசித்து வந்தாள். மூதாட்டியாக இருந்தாலும் சுமங்கலியாக வாழ்ந்து வந்தவள். தினமும் குளித்து முடித்துக் கண்ணுக்கு மையெழுதி நெற்றியில் சந்தனப்பொட்டு வைப்பாள். பின்னர் கணவனுடன் திண்ணையில் அமர்ந்து தீராத காதல் விளையாட்டுகளை நடத்திக்கொண்டிருப்பாள். பயணத்திற்கு ஆயத்தமாகும் நபர்கள் அவர்களை சுப சகுனமாகக் கருதினார்கள். ஒரு பெண்ணுக்குப் பாதுகாப்பைத் தர பிள்ளைகளுக்கும் உற்றார் உறவினர்களுக்கும் சாத்தியமில்லை என்பதை அக்காலத்தில் புரிந்துகொண்டேன். பெண்ணின் உடலுக்கு மட்டுமல்ல அவளது ஆத்மாவுக்கும் பாதுகாப்பு தேவை என்பதை உணர்ந்தேன். ஆண் மட்டுமே ஒரு பெண்ணுக்கு நிழலாகவும் இளைப்பாறலாகவும் இருப்பான். காதலிக்கப்பட்டும் ஆராதிக்கப்பட்டும் வாழ்ந்த அம்மும்மா விதவையானபோது மீண்டும் மறுமணம் செய்திருந்தால் அவளது வாழ்க்கை அழுக்கடைந்த மல்மல் துணியாகி இருக்காது. பெண்ணுக்கு ஆண் இறைவன்; ஸ்ரீகிருஷ்ணன். அவனிடம் இருக்கும் ஸ்ரீகிருஷ்ணனையே அவள் காதலிக்கிறாள். மறுமணம் புரிந்த போதிலும் அந்தக் கணவனிடம் உள்ளீடாக வசித்துக்கொண்டிருக்கும் இறைவனை மட்டுமே அவள் நேசிக்கிறாள். பலவித உருவங்களும் பலவிதப் பெயர்களும் நம்மைத் திகைக்க வைக்கின்றன. அவையெல்லாம் பொய்யானவை. பரிபூரண காதலாலும் காதலுக்கான தியாகத்தாலும் ஒருபோதும் பத்தினித்தனத்திற்கு ஊறு ஏற்படாது. காதல் என்பது தவம். அதுதான் தவத்தின் இறுதி மோட்சம்.

10

முகத்தழும்புகள் கொண்ட கந்தர்வச் சிலை

எனக்குப் பன்னிரண்டு வயது இருக்கும் போது கல்கத்தாவின் சௌரங்கியில் கோஷ் என்கிற பல்மருத்துவர் இருந்தார். பல்சிகிச்சை மேற்படிப்புக்காகப் பல ஆண்டுகள் இந்தியாவுக்கு வெளியில் இருந்தவர். எனது லேசாக உந்திய பற்களை அழகுப்படுத்துவதற்காகத் தந்தை அவரிடம் அழைத்துச் சென்றார். கோஷ் மகிழ்ச்சியுடன் காணப்பட்டார். அவர் எங்களிடம் இரண்டு புகைப்படங்களைக் காட்டினார். ஒன்று அகோரமான முகம். அடுத்தது அழகான முகம். இரண்டு புகைப்படங்களும் ஒரே பெண்ணினுடையவை என்றார். எனது முகத்தைச் சுட்டிக்காட்டிக் கூறினார். 'இந்தக் குழந்தைக்கு வெகு அழகான புருவங்கள். அழகிய கண்கள். நீளமான வட்ட முகம். பற்களைச் சிறிது ஒழுங்குப்படுத்திவிட்டால் பேரழகியாகி விடுவாள்.' நானும் என் அப்பாவும் அவரை நம்பினோம். சிகிச்சை இரண்டாண்டுகள் தொடர்ந்தது.

இச்சமயத்தில் கோடைவிடுமுறையின்போது நாலப்பாட்டு வீட்டுக்குப் போனேன். எனக்கு இரண்டு வெள்ளை பிளவுஸ்களையும் குதிகால் மறைக்கும் விதமான இரண்டு பச்சைப் பாவாடைகளையும் தைத்துத் தரும்படித் தையல்காரன் குமாரனிடம் அம்மும்மா கூறினாள். நான் மேற்கத்தியப் பாணி

உடைகளை அணிந்து கேரளத்தில் திரிவதை அம்மும்மா விரும்பவில்லை.

அன்று, அண்டைவீட்டில் பிரபலமான மாணவப் புரட்சிக்காரன் வசித்து வந்தான். அவன் தனது அரசியல் செயல்பாடுகள் மூலமாகக் குடும்பத்திற்கு அவப்பெயரை ஏற்படுத்தியிருந்தான். அன்று அவனுக்குப் பத்தொன்பது வயது இருக்கும். நாங்கள் நடத்துவதாக இருந்த ஒரு நாடகத்தைத் தான் இயக்குவதாகக் கூறினான். எனது சகோதரனும் வேறுசில நண்பர்களும் சேர்ந்து வன்னேரி சில்ரன்ஸ் டிராமாட்டிக் சொஸைட்டி என்கிற நாடக அமைப்புக்கு வடிவம் தந்தோம். விடுமுறைக்கு வரும்போது மட்டுமே அது செயல்பட்டது. அந்த ஆண்டின் நாடகம் 'மேவாடின் வீழ்ச்சி'. நாங்கள் தினமும் ஒத்திகை நடத்தி உடலசைவுகளையும் உரையாடலையும் செம்மைப்படுத்தினோம். புரட்சிக்காரன் என்மீது தனிப்பட்ட அக்கறையைக் காட்டவில்லை. ஆனால், நான் அவன்மீது காதல்வயப்பட்டேன். என்னால் ஒருபோதும் அரசியல்வாதிகளுடனான சந்திப்பைத் தடுத்து நிறுத்த முடிந்ததில்லை. அரசியல் என்பது ஆண்மகனின் விளையாட்டு என்றும் அதில் ஈடுபடுவர்களுக்கு ஆண்மை அதிகரிக்கும் என்கிற கருத்துமே அதற்கான மூலகாரணம். பிற்காலத்தில் ஒரு கம்யூனிஸ்டாக மாறிய அந்தப் புரட்சிக்காரன் கம்பீரமாகக் காணப்பட்டான். உரையாடும்போது அவன் தனது கண்களை ஒரு பிரத்தியேக ரீதியில் உயர்த்துவது வழக்கம். அந்த ஆளைக் கல்யாணம் செய்துகொள்ள விரும்புவதாக அம்மும்மாவிடம் கூறினேன். பாட்டி எனது வார்த்தைகளைப் பொருட்படுத்தவில்லை: 'நீ வளர்ந்து கொண்டிருக்கிறாய். இனி இந்த நாடகநடிப்பை நிறுத்துவதற்கான காலம் வந்துவிட்டது' என்றாள்.

அக்காலத்தில் எனது முலைகளைப் பற்றி முழுவதுமாகத் தெரிந்துவைத்திருந்தேன். அவை உருண்டுதிரண்டிருந்தன. நம்பமுடியாதவாறு சிறிய முலைக்கண்களுடன் அழகு பெற்றிருந்தன. மூடிவைக்கப்பட்ட பொக்கிஷத்தைப்போல அவற்றைப் பேணினேன். குளியலறையில் தனித்திருக்கும்போது எனது ஆடைகளைக் களைந்து அவற்றை உற்றுப் பார்த்தேன். அவை எனக்குள் ஆர்வத்தை ஊட்டின.

நான் பூப்பெய்தியபோது, கருத்தரித்துக் குழந்தைகளைப் பெற்றெடுப்பதற்கான வளர்ச்சியை எய்திவிட்டதாகப் புரிய வைத்தாள் அம்மும்மா. இந்தப் புதிய அறிவு கட்டுக்கதையாகத் தோன்றியது. அன்றுமுதல் நான் கண்ட வீரம்செறிந்த ஒவ்வோர்

ஆணையும் எனது குழந்தைகளின் வலுவான தந்தையாகவே பார்த்தேன். மகாபாரதத்தின் குந்திமீது எனக்குப் பொறாமை ஏற்பட்டது. அவளைப் போட்டிபோட்டுத் தோற்கடிக்க ஆசைப்பட்டேன்.

வீட்டில் தனித்திருக்கும் வேளைகளில் பலதடவை சூரியவெளிச்சத்தில் நிர்வாணமாக நின்றேன். என் கருப்பையைப் பதப்படுத்தும் வலுவுள்ள ஆண் கடவுளாக நான் சூரியனைக் கருதினேன். அவனை அழைக்கவும் வசீகரிக்கவும் எனது சொந்த மந்திரங்களை உருவாக்கினேன். இருப்பினும் கன்னிப்பெண்ணாகவே எஞ்சினேன்.

பதினான்காவது வயதில் பல்சிகிச்சையை முடித்ததும் எடுப்பான கரைபோட்ட இரண்டு வெள்ளை காட்டன் புடவைகளை அம்மாவைக் கட்டாயப்படுத்தி வாங்கினேன். கோஷ் எனது பற்களைச் சீரமைத்த பிறகு கிடைக்கப்பெற்ற புதிய புன்னகையைக் குறித்துக் கர்வம் கொண்டேன். என்னைச் சந்திப்பவர்களிடம் அதைச் சோதித்துப் பார்த்தேன். அதை எல்லோரும் விரும்பியதாகவே தோன்றியது. அந்தக் காலகட்டத்தில் எனக்கு ஓவியக்கலையைப் பயிற்றுவிப்பதற்காக அப்பா ஒருவரை ஏற்பாடு செய்திருந்தார். அவர் கல்கத்தா அருங்காட்சியகத்தில் அருங்காட்சியகத் துணைத் காப்பாளராக இருந்தார். இருபத்து ஒன்பது வயது. நல்ல உயரம். சிவந்த நிறம். லேசான வழுக்கை, மென்மையான புன்னகை. பெரிய சிவந்த காதுகள். அந்தக் காதுகளைத் தொட்டுப் பார்க்க ஆசைப்பட்டேன். ஆனால் செய்யவில்லை. அவரால் கவரப்பட்டேன். அவர் மென்மையாக, வங்காளிகளுக்குரிய நேர்த்தியான குரலில் உரையாடினார். ஓவியக்கலையைக் கற்றுக்கொண்டிருந்த சமயத்தில் நான் புடவையை உடுத்துவேன். எனது உணர்ச்சிச்சுடர்கள் கிட்டத்தட்ட வெளிப்படையாக இருந்தன. மூன்று மாதத்திற்குப் பிறகு அப்பா டியூசனை நிறுத்தினார். எனது ஓவிய ஆசிரியர் எனது கைகள் ஆசீர்வதிக்கப்பட்டிருப்பதாகவும் எனது கைரேகைகள் நம்பமுடியாத அளவுக்குச் சிறப்பாக இருப்பதாகவும் கூறினார். ஓவியக்கலைப் படிப்பு நின்றுபோனதால் துயரமடைந்தேன். அன்றிரவு கண்விழித்தவாறு படுத்துக்கொண்டிருந்தேன். ஓவிய ஆசிரியருடன் ஆழ்ந்த காதலில் இருப்பதாகக் கருதினேன். புதன்கிழமை நூலக வகுப்பு வேளையில் யாருக்கும் தெரியாமல் பள்ளிக்கூடத்திலிருந்து வெளியேறினேன். ஒரு பேருந்தில் அருங்காட்சியகத்திற்குப் போனேன். காதல் அனுமானங்களில் தேர்ந்த ஒரு வகுப்புத்தோழி எனக்குச் சரியான ஆலோசனைகளைத் தந்தாள். வாழ்நாள் முழுவதும் காரும் டிரைவருமாக இருந்த எனக்குப் பேருந்துகளைப்

பற்றிய அறிவு சற்றும் இருக்கவில்லை. அருங்காட்சியகத்தை அடைந்ததும் எனது ஆசிரியர் எங்கு பணியாற்றுகிறார் என்பதைக் காவலாளியிடம் கேட்டுத் தெரிந்துகொண்டேன். அவரது அறையை அடைய ஒரு பெரிய முற்றத்தைக் கடந்து செல்ல வேண்டும். பளிங்குக்கல்லாலும் மணற்பாறையாலும் உருவாக்கப்பட்ட சிலைகள் அமைந்திருக்கும் ஒரு சதுர முற்றம். ஒரு தெய்வத்தினுடையதும் கந்தவர்னுடையதுமான ஆகிருதியைக் கொண்ட சிலைவரை ஓடிச் செல்வதற்குள் மழை பெய்யத் தொடங்கியது. அந்தச்சிலையின் தாடையின் அடியில் தலையை மறைத்துக்கொள்ள முயன்றேன். சிலையின் முகத்தில் தழும்புகள் விழுந்திருந்தபோதிலும் அதரங்களில் அர்த்தம் நிறைந்திருந்தது. தனியாக மழையில் நனைந்து செய்வதறியாது நின்றிருந்த நான் அதை மனதார வாழ்த்தினேன். வங்காளத்தில் திடீரென்று எந்த முன்னறிவிப்பும் இல்லாமல் மழை பெய்யும். துயரத்திற்கான காரணம் தெரியாமல் சட்டென்று வாய்விட்டு அழும் பெண்ணைப்போல. அது அபத்தமானதும் அழகானதுமாகும். சில நிமிடங்களுக்குப் பிறகு நனைந்து, உடம்போடு ஒட்டிய பள்ளிச்சீருடையுடன் அவரது அறைக்கதவைத் திறந்தேன். காகிதங்கள் சிதறிக்கிடக்கும் மேசைக்குப் பின்னாலிருந்து தலையை உயர்த்தி மெல்லிய குரலில் அவர் விசாரித்தார்: 'தும்!'[1] நான் அவரருகில் ஓடிச் சென்றேன். அவரது வெள்ளை ஜிப்பா மீது என் கண்ணீர் விழுந்தது. அப்போது விவரிக்க முடியாத பொறுமையுடன் கதவைச் சாத்தினார். எனது ஈரஉடைகளை ஒவ்வொன்றாகக் களைந்தெடுத்துப் பிழியத் தொடங்கினார். அவர் எதுவும் பேசவில்லை. அவரது கண்கள் நனைந்திருந்தன. எனக்கு வெட்கம் எழவில்லை. பின்னர் ஒரு டாக்சியில் கூட்டிச்சென்று என்னை வீட்டுவாசலில் இறக்கிவிட்டார். அவர் வீட்டுக்குள் வரவில்லை. அதன்பிறகு ஒருபோதும் அவரைச் சந்தித்ததில்லை.

பலவருடங்களுக்குப் பிறகு முகத்தில் தழும்புகளைக் கொண்ட கந்தர்வச்சிலை எனது வரவேற்பறைக்குள் நடந்து வந்தது. 'நானொரு வாரஇதழின் ஆசிரியன். இன்று இங்கே வர அறிவுறுத்தப்பட்டுள்ளேன்' என்றான். நான் நம்பமுடியாமல் அவனை உற்றுப் பார்த்தேன். அவன் அதீத அழகுடன் இருந்தான். அவன் நீலச்சட்டையை அணிந்திருந்தான். அவனுடைய தோள்கள் நடுங்கின. சிலநிமிடங்கள் பதறிப்போனேன். ஆத்மஞானத்தைப் பற்றிய ஓரளவு தொலைநோக்கைக் கொண்டவள் நான். என்னால் எனது எதிர்காலத்தைப் பற்றி முன்கூட்டியே பலமுறை அறிய முடிந்தது. நாங்களிருவரும் சேர்ந்து பலதுயர அனுபவங்களைப் பங்கிட நேருமென்று அன்றே அறிந்திருந்தேன். ஒவ்வொரு

1 'தும்' என்றால் வங்காளத்தில் 'நீ' என்று பொருள்.

காதலுறவும் என்னைத் துயரத்தின் நீர்த்தேக்கத்திற்குள் அமிழ்த்தியது.

மரியாதைக்குரியவர்களும் தார்மீக உணர்வை உறுதியாகப் பின்பற்றுபவர்களுமான பெற்றோர்களின் குழந்தையாக எப்படிப் பிறந்தேன் என்று பலமுறை வியப்படைந்திருக்கிறேன். அவர்கள் நிரபராதிகள். எனக்குத் தோன்றுவது இதுதான்: நான் பிறக்கும்வேளையில் ஏதோ சபிக்கப்பட்ட தெய்வம் அறைக்குள் நுழைந்து என்னைத் தொட்டது. ஆகவே நான் இன்றைய நானானேன்.

11

வராஹன்

இளமைக்காலம்தொட்டே எனக்கு என் கணவரைத் தெரியும். அவர் என்னுடைய உறவினர். ஒருமுறை என்னைத் தூக்கித் தனது தலைக்கு மேலே விசிறிபோலச் சுழற்றினார். அன்று எனக்கு ஆறுவயது இருக்கும். எல்லா ஒல்லியான மனிதர்களைப் போலவே அவருக்கும் மனிதர்களிடமும் பொருட்களிடமும் மூர்க்கமாக நடந்துகொள்ளும் இயல்பு இருந்தது. என்னைச் சுழற்றும்போது உரக்கச் சிரித்தார். இந்தச் செய்கையால் என் கைகள் வலித்தபோதிலும் நான் அதிருப்தியடையவில்லை. விளையாடிக்கொண்டிருந்த குழந்தைகளுக்கு மத்தியில் எனக்கு மட்டும்தானே இந்தப் பெருமை கிடைத்தது. எனது அம்மாவின் சகோதரியிடம் உரையாடுவதற்கும் சுவைமிக்க சைவஉணவை உண்பதற்கும் அவர் நாலப்பாட்டு வீட்டுக்கு வருவதுண்டு. நாலப்பாட்டுக் குடும்பத்தினர் செல்வந்தர்களாக இருக்கவில்லை. ஆனால், அங்கு சிறந்த சமையல்காரர்கள் இருந்தார்கள். ஏனெனில் எனது பெரிய தாய்மாமன் நாராயணமேனோன் சுவைமிக்க உணவை விரும்பக்கூடியவர். உணவு என்பது எங்கள் வீட்டில் மதம்சார்ந்த ஒரு சடங்காக இருந்தது. சிலசமயம் ஒருமணிநேரம்வரை உணவுவேளை தொடரும். மகிழ்ச்சி நிறைந்த முகத்துடன் சிவந்த விரல்நுனிகளால் ஒவ்வொரு கவளத்தையும் அனுபவித்து அவர் உண்பதைப் பார்த்துக்கொண்டிருக்க ஆசைப்பட்டேன்.

பருவமெய்திய பிறகு எனது கணவரை மீண்டும் சந்தித்தேன். அவர் மகிழ்ச்சியுடன் காணப்பட்டார். வங்காளத்தைச் சேர்ந்த கிராமியப் பெண்கள் அணியக்கூடிய ஒரு கோடுபோட்ட புடவையை உடுத்தியிருந்தேன். எனக்குச் சுமார் பதினைந்து வயதிருக்கும். பாம்பின்காவின் படியில் அமர்ந்து எனது மூத்தசகோதரனிடம் பேசிக்கொண்டிருந்தார். என்னைக் கண்டதும் எழுந்து நின்றார். அவரது முகத்தில் ஒரு புன்னகை மலர்ந்தது. சட்டென்று என் உடலழகைக் குறித்த உணர்வைப் பெற்றேன். அவர்களின் அருகில் மௌனமாக அமர்ந்தேன். அவர் தனது வீட்டுக்குக் கிளம்ப முற்பட்டபோது அவரைப் பாதிதூரம்வரை வழியனுப்ப என் அண்ணன் விரும்பினான். நானும் அவர்களுடன் சென்றேன். மணி ஏழரை ஆகியிருந்தது. மரங்களுக்கிடையில் அடர்த்தியான நிழல்கள் விழுந்திருந்தன. பாரிஜாத மரத்தடியில், அண்ணன் கவனிக்காத வேளையில் என் தோள்களை அழுத்தியதுடன் எனது மார்பையும் தொட்டார். இந்த நடவடிக்கை என்னை வியப்பிலாழ்த்தியது. ஆனால், அதைப் பற்றி நான் யாரிடமும் எதுவும் பேசவில்லை. ஒருவாரத்திற்குள் மேலும் தைரியத்தைப் பெற்றார். கதவின் பின்பக்கம் நின்று என் உதடுகள்மீது அழுத்தமாக முத்தமிட்டார். 'நீ என்னைக் கல்யாணம் பண்ணிக்குவியா?' அவர் கேட்டார்.

'நீங்க என்னைக் காதலிக்கறீங்களா?' நான் கேட்டேன். அதற்குப் பதிலளிக்காமல் முத்தங்களால் என்னை மொய்த்தார். பதிலளிக்க இயலாத எத்தகைய கேள்வியையும் இதைப்போன்ற எல்லைமீறிய பாச வெளிப்பாட்டின்மூலம் தீர்வு கண்டுவிட முடியுமென்று அன்றுமுதல் இன்றுவரை கருதி வந்தார். நான் எப்போதும் காமத்தை நேசமென்று தவறுதலாக எண்ணி விடுவதுண்டு. எனது தவறைப் புரிந்துகொள்வதற்குள் காலம் கடந்துவிடுகிறது.

அக்காலத்தில் எனது கணவர் ஆல்டஸ் ஹக்ஸ்லியை வாசிப்பார். ஹக்ஸ்லியின் வார்த்தைகளை அதிகமாக உச்சரிப்பார். இந்தக் குணமும் அவரது ஒல்லியான உடலும் இணைந்தபோது ஓர் அறிவுஜீவியின் தோற்றத்தைப் பெற்றுவிட்டதாக எனக்குத் தோன்றுவதுண்டு. நாங்கள் பிரிந்தபோது பரஸ்பரம் கடிதங்கள் எழுதுவதாக உறுதிமொழி எடுத்துக்கொண்டோம். என் குடும்பம் எங்கள் திருமணத்தை விரும்பியது. நாங்கள் காதலர்களாக இருக்கவில்லை. அவர் என்னைத் தொட விரும்பினார். நானும் அவரைத் தொட விரும்பினேன்.

விடுமுறைக்குப் பிறகு கல்கத்தாவுக்குப் போனபோது நான் அவர்மீது காதல்கொண்டிருப்பதாக எனக்குத் தோன்றியது,

அச்சமயத்தில் என் அம்மா நாலப்பாட்டு வீட்டில் இருந்தாள். அப்பா வழக்கம் போலவே அலுவலகப் பணியின் பரபரப்பில் இருந்தார். எங்களுடன் வசித்துவந்த சித்தப்பாவுக்குச் சொந்தப் பிரச்சினைகள் நிறைய இருந்தமையால் அவரிடமிருந்து எனக்கு எந்த உதவியும் கிடைக்கவில்லை. வீட்டு மேலாளரைப்போல வாழ்ந்துவந்த சமையல்காரன் எப்போதும் வேலை மும்முரத்தில் இருந்தான். நான் யாரையும் தொல்லைப்படுத்த விரும்பவில்லை. தனிமையில் இருந்தேன். எனது புத்தகப்பிரியரான உறவினரைக் காணத் துடித்தேன். நான் அவருக்கு நீண்ட அன்பு நிறைந்த கடிதங்களை அனுப்பினேன். 'என்னை எப்போதும் நேசியுங்கள்.' நான் எழுதினேன், 'மாறக் கூடாது.' எங்களுடைய திருமணம் முடிந்து இருபத்திரண்டாண்டுகளாகிவிட்டன. இன்றுவரை அவர் மாறவில்லை. இன்றும் படுக்கையறையில் அவர் முந்தைய நாட்களைப் போலவே உணர்ச்சி வெறியனும் பண்படாதவனுமாக இருக்கிறார்.

திருமணம் முடிந்ததும் நாங்கள் பம்பாயில் சாந்தாகுரூஸிலுள்ள ஒரு சிறிய வீட்டில் வசிக்கத் தொடங்கினோம். அன்று எனது கணவரின் வருமானம் மிகவும் குறைவு. நாங்கள் ஒரு நண்பரின் ஃப்ளாட்டைப் பங்கிட்டுக் கொண்டோம். வரவேற்பறையில்தான் தூங்குவோம். நள்ளிரவுவரை வருகையாளர்கள் இருப்பார்கள். அவர்கள் சென்ற பிறகுதான் படுக்கையை விரித்துத் தூங்க வேண்டும். சீக்கிரமாகக் கண்விழிக்க வேண்டும். காலையில் வேலைக்குக் கிளம்புவதற்கு முன்பு நானும் என் கணவரும் அவருடைய நண்பர்களும் சேர்ந்து சோறும் சாம்பாரும் சாப்பிடுவோம். அதற்குப் பிறகு நான்குமணி வரை எனக்கு உணவு கிடையாது. நான் இடைவெளிவிட்டு அடிக்கடி மகிழ்ச்சியுடன் சாப்பிடக் கூடியவள். ஏழ்மை நிறைந்த இந்தத் தினநிகழ்வு எனது உடல்நலத்தைப் பாதித்தது. ஒருமுறை குளியலறையில் நினைவிழந்து விழுந்தேன்.

அச்சமயத்தில் ஒருநாள், ஆட்டோமொபைல் நிறுவனத்தின் நிர்வாக இயக்குநராக இருந்த என் அப்பா பம்பாய்க்கு வந்தார். அவர் தாஜ்மஹால் ஹோட்டலில் தங்கியிருந்தபோதிலும் என்னைச் சந்தித்து, வெளியில் அழைத்துச் செல்வார். 'நீ ஏன் இப்படி மெலிஞ்சுப் போயிருக்க?' என்று கேட்டார். 'எனக்கு எந்தப் பிரச்சினையும் இல்லை' என்றேன். என் கணவர்மீது தீராத காதலைக் கொண்டிருந்தேன். அவரை விட்டுப் பிரிவதை நான் விரும்பவில்லை. முன்பெல்லாம் மிருகக்காட்சிச் சாலையைப் பார்ப்பதற்கு எந்த அளவுக்கு ஆசைப்பட்டிருக்கிறேன் என்பதை அறிந்திருந்த அப்பா என்னை விக்டோரியா கார்டன்ஸ் மிருகக்காட்சிச் சாலைக்கு அழைத்துப்

போனார். அங்கிருந்த முதலைக்குளத்தின் படிகள்மீது அமர்ந்து நாங்கள் உரையாடினோம்.

'உனக்கு ஏதாவது வேண்டுமா?' அப்பா கேட்டார்.

ஏதேனும் தேவையை வெளிப்படுத்துவதற்கு என் கௌரவம் என்னை அனுமதிக்கவில்லை. ஆனால், அவர் எனக்கொரு சிங்கர் தையல் இயந்திரத்தை வாங்கித் தந்தார். பல வருடங்கள் நான் அதைப் பயன்படுத்தவில்லை.

ஏற்கனவே எனது கணவர் வேறு பெண்களுடன் பாலியல் உறவை வைத்திருந்தார். அத்தகைய பராக்கிரமச் செயல்களைப் பற்றி என்னிடம் சொன்னார். இந்த லீலைகளில் கைதேர்ந்த இருபது வயதுக்கு மேற்பட்ட விலைமாதர்களைப் பற்றிப் புகழ்ந்து பேசினார். நான் சிறுத்துப் போவதாக உணர்ந்தேன். பாலியல் விஷயங்களில் அனுபவத் தேர்ச்சி பெற்றவளல்ல நான். பாலியல் செயல்பாடுகளில் ஆர்வமிருப்பதாகக் காட்டிக் கொள்ள முயன்றாலும் நிஜத்தில் நானதை விரும்பவில்லை. அது என்னைப் பலவீனப்படுத்தியது. நான் விழித்துக்கொண்டேன். அமைதியிழந்து படுத்திருந்தேன். எனது கணவருக்கு என்மீது அக்கறை இல்லாமல் போனது. நான் மூன்றுமாத கர்ப்பிணியான போது நாலப்பாட்டுக்குப் போவதே நல்லதென்று என்னிடம் சொல்லி நம்பவைத்தார். விருப்பமில்லாமல் உற்சாகமிழந்து அவரிடம் விடைபெற்று நாலப்பாட்டுக்குப் போனேன். எனது பரிதாபநிலையைக் கண்டு அம்மும்மா கவலையடைந்தாள். அவள் அழுதாள். எனது தோள்எலும்புகள் துருத்திக் கொண்டிருந்தன. என் முன்னங்கைகள் வலுவிழந்திருந்தன. நான் ஆயுர்வேத மருத்துவரின் சிகிச்சைக்கு உள்ளானேன். எனது கணவரின் உடலழகை மெச்சி அவருக்குத் துயரம் நிறைந்த கடிதங்களை எழுதினேன். அவருக்கு என்னிடம் அக்கறையை உண்டாக்கப் பாலியல் விஷயங்களைக் குறித்தும் எழுதினேன். அவருக்கு என் விளையாட்டு புரிந்துவிட்டது. அவர் ஒருமாத காலம் விடுமுறை எடுத்துக்கொண்டு வந்தார். என் மகனுக்கு மூன்றுமாத பிராயம் ஆகியிருந்தது. ரோஸ் நிறத்தாலான அழகுக் குழந்தையாக இருந்தான் அவன். அந்த விடுமுறைக் காலத்தின் முதல் நாள் இரவில் நாங்கள் படிப்புரை மாளிகையில் உறங்கினோம். குழந்தை மீது என் கணவர் பெரிய ஆர்வம் காட்டவில்லை. அவன் படுக்கையில் சிறுநீர் கழிக்கும்போதும், இரவில் அழும்போதும் அதிருப்தியை வெளிப்படுத்தினார். இதமான நடத்தைக்காகவும் சற்றுப் பரிவுக்காகவும் ஏங்கிக்கொண்டிருந்தேன். அடுத்தநாள் இரவு குழந்தையை அம்மும்மாவிடம் ஒப்படைத்துவிட்டு, பக்கத்து அறையில் என் கணவரின் அருகில் உறங்கினேன். அவரது இந்த

வருகை என்னிடம் ஏமாற்றத்தை ஏற்படுத்தியது. பிரசவத்திற்குப் பிறகு ஒரு பெண்ணிடம் ஹார்மோன் தொடர்பான சில மாற்றங்கள் நிகழ்கின்றன. அப்போது அவளுக்குக் கூடுதல் அரவணைப்பு தேவைப்படுகிறது. தனது தோளைத் தழுவும் உறுதியான கைகளின் சுகத்திற்காக ஏங்குகிறாள். மூர்க்கமும் மிருகத்தனமும் நிறைந்த பாலியல் செயல்கள் அவளுக்கு எவ்வகையிலும் உதவப் போவதில்லை. பாலியல் செயல்களின் வெறுப்பூட்டும் பாவனைகளுடன் படுக்கையில் கிடப்பது வழக்கமாகிப் போனது. அருகில் என் கணவர் களைத்துப் போய் உறங்கிக்கொண்டிருப்பார். அந்நாட்களில் என்மீது ஆர்வம் கொண்டிருப்பதற்கான எண்ணத்தை வெளிப்படுத்தியது இல்லை. மாலைவேளைகளில் குளித்து, கூந்தலில் பாரிஜாதப் பூக்களைச் சூடி அவருக்காகக் காத்திருந்தேன். ஆனால், அவர் அழகான உறவுக்காரப் பெண்ணின் தோளில் சாய்ந்தபடி வருவார். என்னைப் பொருட்படுத்துவதே கிடையாது. எனது துன்பம் கடினமாக இருந்தது. நான் நோயாளியானேன். நான் நோய்வாய்ப்பட்டுக் கிடக்கும்போது அவர் வீட்டைவிட்டு வெளியேறுவார். உறவினர்களுடன் தமாஷ்களைப் பேசிப் பொழுதைக் கழிப்பார். என்னைப் பொறுத்தவரை இந்த நாட்கள் தனிமைக்குரியதும் என்னையே கண்டடைவதற்கான காலமாகவும் இருந்தன. முப்பத்தைந்து வயது வேலைக்காரிக்கு எனக்குக் கிடைத்ததைவிட அவரிடமிருந்து அதிக பரிவு கிட்டியது. கடைசியில் அவர் கிளம்பிப் போவதற்குள் வேறொரு பெண்ணாக மாறிப் போயிருந்தேன். இனிய காதலிலும் களங்கமின்மையிலும் மூழ்கியிருப்பதால் எந்தப் பயனுமில்லையென்று தீர்மானித்தேன். என் கணவர் தனது மனைவியிடம் தேடியவை இத்தகைய குணங்களை அல்ல. ஒரு மாசடைந்த பெண்ணால் தரக்கூடிய கிளர்ச்சி மட்டுமே அவருக்குத் தேவை. தனது உறவினரின் ஆட்டோகிராப்பில் ஆஸ்கர் வைல்டை மேற்கோள்காட்டி அவர் எழுதுவதைக் கவனித்தேன்: 'நன்றாக இருப்பதை விடவும் தோற்றத்தில் நன்றாகத் தெரிவது நல்லது.' அதை எழுதும்போது என்னுடைய நன்னடத்தை பற்றி அவர் என்ன யோசிக்கிறார் என்பதை உணர்த்தும் விதமாக ரகசியமாக ஒருமுறை என்னைப் பார்க்கவும் செய்தார்.

அவர் கிளம்பிப் போனதும் பாலியலைப் பற்றிக் கூடுதலாகப் புரிந்துகொள்ள விழைந்தேன். எனக்குக் கற்றுத் தருவதற்காகப் பலதரப்பைச் சேர்ந்த வேலைக்காரிகள் இருந்தனர். எனது பெரிய தாய்மாமன்[1] எழுதிய 'ரதி சாம்ராஜ்ஜியம்' என்ற புத்தகமும் இருந்தது. அக்காலகட்டத்தில் தனது கல்கத்தா பணியை

---
1 நாலப்பாட்டு நாராயணமேனோன்

ராஜினாமா செய்துவிட்டு ஊருக்குத் திரும்பிய என் அப்பா ஒரு மாதம் கோட்டக்கல் ஆயுர்வேத சிகிச்சை பெற்றுக்கொள்ள முடிவெடுத்தார். அவருடன் கோட்டக்கல்லில் தங்குவதற்காக எனது அம்மா, சகோதரி, மாமியார் ஆகியோருடன் என்னையும் குழந்தையையும் அழைத்துப் போனார். சில வேலைக்காரர்களும் வந்தார்கள். செய்வதற்கு வேறெதுவும் இல்லாததால் நான் நவரச்சோறு சிசிச்சையைப் பெற்றுக்கொள்ள முயன்றேன். சருமத்தைப் பொலிவுபடுத்துவதற்கானது அந்தச் சிகிச்சை. முகப்பருக்கள் தோன்றியிருந்த கன்னங்களில் குங்குமத் தைலத்தைப் பூசினேன். எனது உடல் பொலிவுமீது எனக்கு அக்கறை ஏற்பட்டது.

கோட்டக்கல்லில் இருந்து திரும்பியதும் சில சிறிய காதல்களில் சிக்கிக்கொண்டேன்.

என் குழந்தை வளர்ந்துகொண்டிருந்தான். நான் முழு ஆரோக்கியத்தைப் பெற்றேன். என்னை பம்பாய்க்குத் திரும்ப அழைக்க எனது கணவர் எந்த அக்கறையையும் காட்டவில்லை. படிப்படியாக நான் திருமணமானவள் என்கிற விஷயத்தையே மறந்துபோனேன். எனது கணவர் தனது காமத்தாலும் அலட்சியத்தாலும் கிட்டத்தட்ட என் இதயத்தை நிலைகுலையச் செய்திருக்கிறார் என்கிற விஷயத்தை மறந்துவிட்டேன். நல்ல புடவைகளை உடுத்திக்கொண்டு எனது உறவுக்காரப் பெண்களுடன் கிராமத்துத் திரையரங்குகளுக்குப் போனேன். எனது உறவினான இளைஞன் ஒருமுறை என்னை படிப்புரை மாளிகை அறைக்கு அழைத்துச்சென்று என் உதடுகளில் முத்தமிட்டான். அந்த கோடைக்காலத்தில் எங்களைக் காதலர்களாகவே கருதினோம். மாலைநேரங்களில் அவன் என் கையைப் பிடித்து, சில இந்திப் பாடல்களைக் கற்றுத் தந்தான். காயம்பட்ட குரலில் அவன் கேட்டான்: ‘நீ இத்தனை அழகாக இருப்பதற்கு என்ன காரணம்?’ எனது மகிழ்ச்சியை அவனிடமிருந்து மறைத்துவைப்பதற்காக முகத்தைப் பொத்திக் கொண்டேன்.

அந்தச் சமயத்தில் எனது அப்பா நாலப்பாட்டு வீட்டிலிருந்து சற்றுத்தூரத்தில் ஒரு புதிய வீட்டைக் கட்டிக்கொண்டிருந்தார். குளியலறைச் சுவர்களில் பளிங்குத் தோற்றத்தை உருவாக்குவதற்காகப் பொன்னானியிலிருந்து ஒரு நிபுணனை அழைத்து வந்தார். அவன் அழகானவன். அவனைப் பார்ப்பதற்காக நானும் எனது தோழிகளும் அடிக்கடி வீடு கட்டும் இடத்திற்குப் போவதை வழக்கமாக்கிக் கொண்டோம். அவன் நல்ல நிறமும் சிவந்த உதடுகளும் கட்டுமஸ்தான

தோற்றமும் கொண்டவனாக இருந்தான். தினமும் காலையில் அவனிடம் சாவியைக் கொடுப்பேன். அப்போது என்னை ஏறிட்டுப் பார்ப்பானென்று எதிர்பார்த்தேன். ஆனால், ஏறிட்டுப் பார்ப்பதற்கான தைரியம் அவனுக்கில்லை. எனக்கு ஏமாற்றமாக இருந்தது. அன்று எனக்கு என்னைக் காட்டிலும் ஒருவயது அதிகமான வேலைக்காரி ஒருத்தி இருந்தாள். என்னிடம் மிகுந்த அன்பைக் காட்டினாள். ஒருநாள் அவளிடம் ஒரு வராஹனைக்[1] கொடுத்து அதை அவனிடம் எனது பரிசாகக் கொடுக்கும்படி கேட்டுக்கொண்டேன். மாலை ஏழுமணிக்கு கோவிலில் என்னைச் சந்திக்குமாறு சொல்லியனுப்பினேன். ஆனால், திரும்பி வந்த வேலைக்காரி, அவன் வேலையை முடித்துவிட்டுத் தனது ஊருக்குப் போய்விட்டதாகக் கூறினாள். அப்பாவின் வீட்டுக்கு விரைந்து சென்று அந்த ஆளை எனக்காகக் கூட்டிவர வேண்டுமென்று சித்தப்பாவிடம் ஆவேசமாகக் கேட்டதை நினைவுகூர்கிறேன். எனக்குள் நிறைந்துவிட்ட அந்த இளைஞனுக்காக ஒரு தேடலை நடத்துவதாக சித்தப்பா ஒத்துக்கொண்டார். இதயம் வெடிக்கப் புலம்பி அழுதேன். எனது சித்தப்பா ஆச்சரியமடையவில்லை. அவர் யதார்த்தமானவர். கபடத்தனம் கொண்டவர் அல்ல. அவரிடம் உரையாடுவது எளிது. ஏனெனில், நான் யதார்த்தத்திற்கு மாறாக நடந்துகொள்ள வேண்டுமென்று அவர் எதிர்பார்க்கவில்லை. ‘நேசிப்பது மோசமான செயலல்ல’ அவர் ஒருமுறை என்னிடம் கூறினார்: ‘வெறுப்பது நிச்சயமாக மோசமான செயல்.’

இன்றுவரை நான் யாரையும் வெறுத்தது கிடையாது.

---

1 வராஹன் – ஒரு பெரிய தங்க நாணயம்.

12

ஹரிநிவாஸில் கிளிக்கூடு

எனது மூத்த மகனுக்கு ஒன்றரை வயதான போது கணவர் எங்களைப் பம்பாய்க்கு அழைத்துப் போக முடிவெடுத்தார். முதலில் ஒரு ஃப்ளாட்டை விலைக்கு வாங்கினார். சென்னை வரைக்கும் எங்களை அவரது தாய்மாமன் ஒருவர் அழைத்துப் போனார். அங்கிருந்து என் கணவர் கூட்டிச் சென்றார். எங்களுடன் என் மாமியாரும் வந்திருந்தாள். எங்களுக்கு உதவுவதற்காக நடுத்தரவயதுப் பெண்ணும் ஒரு சமையல்காரனும் வந்திருந்தார்கள். எங்கள் குழு காலை ஐந்து மணிக்குத் தாதர் ரயில்நிலையத்தை அடைந்தது. நடைமேடை விளக்குகள் நீலநிறத்தில் ஒளிர்ந்தன. நீலச்சட்டையணிந்த, பெண்மையை வெளிப்படுத்தும் முகத்தையும் சிறிய உடலமைப்பையும் கொண்ட ஓர் இளைஞன் எங்களை வரவேற்பதற்காக அங்கு புன்னகையுடன் காத்திருந்தான். 'இதுதான் நான் சொல்லியிருந்த நண்பர். என்னுடன் ஒய்.எம்.சி.ஏ யில் தங்கியிருந்தவர்' என்றார் கணவர். பிறகு பெட்டிகளை இறக்கி வைக்கும்போது அவரைப் பார்த்துச் சொன்னார்: 'கடைசி நிமிடத்தில் ஒரு மாற்றம். இந்தக் கிழவியைத்தான் அழைத்து வந்தோம். என்ன செய்ய?' நண்பர் மௌனமாக என் வேலைக்காரியைப் பார்த்தார். ரௌத்திரப் பாவனையை வெளிப்படுத்தக்கூடிய சிவந்த முகத்தைக் கொண்ட நாற்பத்தைந்து வயதுப் பெண். வழியில் கணவர் என் காதில் கிசுகிசுத்தார்: 'அந்தப்

பெண் – அந்த இளம்பெண் வருவாள்னு எதிர்பார்த்தோம். அப்படின்னா இந்த ஆள் அவளை அனுபவிக்கட்டுமேன்னு நெனைச்சிருந்தேன் . . .' அந்த நிமிடத்தில் ஆண்களை ஒட்டுமொத்தமாக வெறுத்தேன். என் மகன் வண்டி வண்டி வண்டி என்று புலம்பிக்கொண்டிருந்தான். என் மாமியார் விசாரித்தாள்: 'என் பெட்டிகளை எல்லாம் எடுத்து வெச்சிட்டியா தாஸா?'

தாதரில் ஹரி நிவாஸ் என்கிற இடத்தில் ஒரு பெரிய கட்டடத்தில் எங்கள் ஃபிளாட் அமைந்திருந்தது. நான்கு அறைகளைக்கொண்ட ஒரு பறவைக்கூண்டு. இருபுறங்களிலும் வராந்தாக்கள். முகப்பு வராந்தா கட்டடத்தின் முன்பகுதியிலிருந்து கடைசிவரை நீண்டிருந்தது. அங்கு நின்று ஜன்னல்வழியாக யார் வேண்டுமானாலும் உள்ளே பார்க்கமுடியும்.

குழந்தையைப் பராமரிக்க வந்திருந்த பெண்ணுக்கு அந்த வீடும் சுற்றுப்புறமும் கொஞ்சமும் பிடிக்கவில்லை. 'இங்கே எப்படி இருக்கப்போற என் மகளே?' என்னிடம் கேட்டாள். 'குட்டிப்பையனுக்கு மூச்சு முட்டுமே?' அவள் என் பதின்மூன்றாம் வயதில் நாலப்பாட்டுக்கு வந்து வசிக்கத் தொடங்கியவள். அவளுக்கு என்மீது அலாதிப் பிரியம். அந்த அக்கறையை என் கணவரிடமும் அவரது தாயாரிடமும் அவள் காட்டவில்லை.

மராத்தோ என்று அழைக்கப்பட்ட மராத்திக் குடும்பம் எங்கள் அண்டை வீட்டில் வசித்து வந்தது. உஷா கிரண் என்கிற பெயரைக் கொண்ட நடிகை அவர்களின் மகள். திரைப்படப் படப்பிடிப்புக்காகச் சென்று வருவதால் மிகக்குறைந்த நேரமே உஷா வீட்டில் இருப்பாள். அவளது தங்கைகளான சுதாவும் புஷ்பாவும் எனது தோழிகள். எனது பொறுப்புகளை முழுவதுமாக மறந்து அவர்களுடன் மொட்டைமாடிக்குப் போய் இந்திப் பாடல்களைப் பாடுவதும் குஜராத்தி கர்பா நடனத்தை ஆடுவதுமாக இருப்போம். மகாராஷ்டிராவில் கணபதி பூஜை பிரசித்திபெற்ற திருவிழா. அந்த ஆண்டின் பூஜைக்கு முன்பாகவே அந்தக் கட்டடத்தைச் சேர்ந்த பெண்கள், எங்களுக்கெல்லாம் பாடல்களையும் நடனங்களையும் கற்றுத் தந்தார்கள். சோபோ என்னும் பெயரையுடைய ஜாலவித்தைக்காரனும் அந்தக் கட்டடத்தில் வசித்து வந்தான். மேடை என்றதுமே மெய்சிலிர்ப்பவர்களில் ஒருத்தியான எனக்கு இந்த நிகழ்ச்சிகளில் பங்குகொள்ளாமல் இருக்க முடியவில்லை. இத்தகைய தன்முனைப்புகளை எனது கணவரும் அவருடைய அம்மாவும் சற்றும் விரும்பவில்லை. கணபதி பூஜைக்கு முந்திய நாள் எல்லா நிகழ்ச்சிகளிலிருந்தும் பின்வாங்க வேண்டியதாயிற்று.

நான் குழந்தையைப் பராமரித்து வீட்டிலேயே அடைந்துகிடக்க வேண்டுமென்று வீட்டில் தேங்கியிருந்த கவலைபடிந்த மௌனம் எனக்கு நினைவூட்டியது. பின்னர், வெளிவராந்தா வழியாக சுதா நடந்துபோகும்போது ஜன்னலருகில் ஓடிச்சென்றேன். எனக்கு உணவின் சுவை குன்றியது. மனத்தில் அடர்த்தியான மூட்டம் இடம்பிடித்தது. எங்கள் நேரெதிர் கட்டடத்தின் மூன்றாம் தளத்திலிருந்து ஒரு பஞ்சாபிக் குழந்தை தரையில் விழுந்து இறந்தது. என் குழந்தையைப் பராமரித்துக் கொண்டிருந்த மாதவியம்மா அந்தக் காட்சியைக் கண்டு மயங்கித் தரையில் விழுந்தாள். இதுவும் எனது மூட்டத்தை அதிகரித்தது. எனது கணவர் என்னிடம் மிகவும் குறைவாகவே பேசுவார். நான் அவரது போகப்பொருளாக மட்டும் ஆனேன். அவர் என் அம்மாவிடம் பேசுவதில்லை. பலமுறை அவள் கேட்டாள்: 'என்ன தாஸா, இப்படி ஒரு நாகப்பாம்பைப் போல?' அதற்கு ஒருபோதும் அவர் பதிலளிக்கவில்லை. ஊரில், மகுடம் சூடாத ராணியாக விளங்கிய என் மாமியார் பம்பாய் வாழ்க்கையின் தனிமையை எதிர்கொண்டபோது முழுவதுமாகத் தளர்ந்துவிட்டாள்; நோய்வாய்ப்பட்டாள். உள்ளங்கை வீக்கம், கால்வலி போன்ற நோய் அறிகுறிகளை மருத்துவர் அவளிடம் கண்டார். வைட்டமின் பி குறைபாட்டின் காரணத்தைச் சொல்லி மருத்துவர் தினமும் ஊசி போட்டு வந்தார்.

திருமண வாழ்க்கையைப் பற்றிய கனவுகள் அனைத்தும் சிதைந்ததாக அச்சமயத்தில் புரிந்துகொண்டேன். நானொரு தூக்கமாத்திரையின் பெயரைக் காகிதத்தில் எழுதி என்னுடைய வேலைக்காரன் கையில் கொடுத்து அவனை மருந்துக்கடைக்கு அனுப்பினேன். 'இது எதுக்கான மருந்து கமலாக்குட்டியம்மா?' அவன் கேட்டான். 'இது சாவதற்கான விஷம்' என்றேன். அப்போது கண்ணீர் சிந்தியபடி கூறினான்: 'இதுல பாதியை எனக்கும் தரணும்... நான் செத்துப் போனால் போதும்...' அவனுக்கும் வாழ்க்கை கசப்பு நிறைந்ததாக இருந்தது. இந்த உரையாடலைக் கேட்டு ஓடிவந்த மாதவியம்மா கூறினாள்: 'என் விஷயத்தையும் மறந்திடாத கொழந்தை. எனக்கும் வேணும் கொஞ்சம் விஷம். இப்படி இங்க வாழ்ந்து அலுத்துப் போயிடுச்சு. கொழந்தையோட நிலைமையைப் பார்க்கறப்ப கொழந்தைய விட்டு ஊருக்குப் போகவும் மனசு வர மட்டேங்குது.' அன்று தற்கொலைக்குத் தயாரான மூன்றுபேர் வீட்டில் இருந்தோம். ஆனால், மருந்துக்கடையில் சமையல்காரனுக்கு மாத்திரைகள் தரவில்லை. அவன் வெறும் கையுடன் திரும்பி வந்தான். அன்று மதியம் அவன் பக்கத்து வீட்டில் வேலை பார்க்கும் ஒரு மராத்திப் பெண்ணின் காதலை யாசித்தான். மாலையில்

அவளது கணவனின் சார்பாக உதையும் கிடைத்தது. அதற்குப் பிறகு சமையல்காரனிடம் சிறியதொரு பொறுப்புணர்வும் வந்து சேர்ந்தது. பிற்பாடு தற்கொலையைப் பற்றி அவன் பேசவேயில்லை.

எட்டு மாதங்களுக்குப் பிறகு எல்லோரும் பொறுமை யிழந்தோம். என் கணவர் ஒரு முடிவுக்கு வந்தார். எங்களை ஊருக்குத் திருப்பியனுப்பத் தீர்மானித்தார். அவரது தாய்மாமன் ஒருவர் ஊரிலிருந்து இரண்டு முரட்டுத்துணியாலான சூட்டுகளைத் தைத்து பம்பாய்க்கு எடுத்து வந்தார். பம்பாய் நகரத்தைச் சுற்றிப் பார்க்கக் கிளம்பினார். 'முன்பொரு முறை நம்ம ஊர்லேர்ந்து ஒரு நர்ஸ் – நாயர் பெண்மணி – பம்பாய்க்கு வந்ததாகக் கேள்விப்பட்டேன். அவளைக் கண்டுபிடிக்கணும். எனக்கு அவளோட பேர் மட்டும்தான் தெரியும்.' அவர் என்னிடம் கேட்டார். அவர் மனம் விட்டுப் பேசினார். அப்போதெல்லாம் அதிகம் சிரித்தேன். ஒருவாரத்திற்குப் பிறகு நாங்கள் அவருடன் பயணமானோம். முந்தியநாள் இரவில் நான் என் கணவரைக் கட்டியணைத்துப் படுத்தவாறு அழுதேன். 'என் உயிர் எங்கேன்னு யாராச்சும் கேட்டா நான் சொல்வேன், அது தாஸேட்டனுக்கு உள்ளேயிருக்குன்னு...' என்றேன். அவர் எதுவும் சொல்லவில்லை. 'என்னைச் சீக்கிரமா அழைச்சிட்டு வரமாட்டீங்களா?' நான் கேட்டேன். 'நடுராத்திரியாயிடுச்சு இனி சீக்கிரம் தூங்கு' என்றார்.

13

ஜன்னல்படியில் விளக்கு

நான் நோயுற்றிருந்த சமயத்தில் என் கணவருக்கும் எனக்குமிடையில் உடல்சார்ந்த ஒரு நெருக்கம் உருவானது. அந்த நெருக்கம் லோனாவலா ஹோட்டலிலிருந்துதான் தொடங்கியது. அன்று புரோமைட் மாத்திரையை உட்கொண்டிருந்த என் பிரக்ஞையின்மீது ஒரு கோடை வாசஸ்தலத்தில் தங்கி நிற்கும் அதிகாலைப் பனியைப்போல ஓர் இனிய மூடுபனி தங்கியிருந்தது. புலன்கள் மாலையில் கூம்பிய தாமரைகளாயின. உலகின் எல்லா வரிவடிவங்களும் புலனற்றுப் போயின.

என்னை வெந்நீரில் குளிப்பாட்டி, கம்பளிக் காலுறைகளையும் சட்டையையும் ஸ்வெட்டரையும் அணிவித்து ஒரு விளையாட்டுப் பொம்மையைப் போல மடியில் வைத்துத் தாலாட்டியவாறு அவர் அழைத்தார்: 'என் செல்லப் பையா ...'

உடல்சார்ந்த அந்தப் பாசத்தை அன்புக்கு ஈடாக அவரிடமிருந்து பெற்றுக்கொண்டேன். எனது உடலுக்குப் பவுடரைப் பூசும்போதெல்லாம் அவரது குரல் காம வேட்கையால் இடறியது.

நான் இயல்பாகவே வெட்கப்படக்கூடியவள். எனது உடைகளைப் பிடித்திழுத்துக் களைந்த பிறகும், வெட்கத்தின் ஓர் இரும்புக்கவசம் எனது உடலில் மிச்சமிருந்தது. அது எனது சலனங்களை மேன்மையற்றதாக மாற்றியது. எனது நிர்வாண உடலின் ஒவ்வொரு மயிர்க்காலும் ஒவ்வொரு திறந்த

கண்ணாகவும் அந்தக் கண்களில் வெறுப்பு நிறைந்திருப்பதாகவும் எனக்குத் தோன்றியது. நோய்வாய்ப்பட்டபோது, அந்தக் கடைசி உள்ளாடையும் தானாகவே அவிழ்ந்து விழுந்தது. முழுவதுமாகச் சரணடையக் கற்றுக்கொண்ட என்னுடல் முதல்முறையாக ஒரு பெருமிதமாக மாறியது.

இருப்பினும் அவரைவிட்டுப் பிரிய வேண்டியதாயிற்று. ஊருக்குப் போய்க் கொஞ்சநாட்கள் சிகிச்சை எடுத்துக் கொள்வதே சிறந்ததென அப்பாவும் அம்மாவும் அம்மும்மாவும் கருதினார்கள். எனது கணவர் என்னையும் குழந்தைகளையும் ஊருக்கு அனுப்பினார். எனது வயதான வேலைக்காரி, அம்மும்மாவிடமும் பாட்டியிடமும் எனது நோயின் வரலாற்றை விரிவாக எடுத்துரைத்தாள். அந்தக் கிழவிமீது அம்மும்மாவுக்கு அலாதிப் பிரியம்.

அன்று நான் நாலப்பாட்டில் அல்ல, சர்வோதயா என்னும் புதிய வீட்டில் வசித்தேன். என்னுடைய கணவரின் குடும்பத்தைச் சேர்ந்த பிரசன்னா என்கிற பெண் என்னுடைய தோழியாக இருந்தாள். பெரும்பாலும் மற்ற பெண்களும் உடனிருப்பார்கள். என் தங்கையின் கிராமஃபோனில் இசைத்தட்டுகளைப் போட்டு, அந்தப் பாடல்களைக் கற்றுக்கொள்ள முயற்சித்து மணிக்கணக்கில் செலவழிப்போம். மாலைவேளைகளில் வயல்வரப்புகளிலும் தென்னந்தோப்புகளிலும் இலக்கின்றிச் சுற்றியலைய நாங்கள் கிளம்பினோம். வேலியோரமாக நின்றிருந்த பவளமல்லிப் பூக்களைப் பறித்தெடுத்து அவற்றின் கிளர்ச்சியூட்டும் நறுமணத்தை நுகர்ந்தோம். அந்தச் செடியின் கறுத்த பழங்களைத் தின்றோம். மணலில் ஓவியங்களை வரைந்தோம். ஆதர்ச காதலர்களைப்பற்றி உரையாடினோம். சூடான சாம்பலின் உதவியுடன் முன்னங்கையிலிருந்த மெல்லிய ரோமங்களைப் பிடுங்கியெடுத்தோம். கண்களுக்கு மை தீட்டி அழகிகள் ஆனோம்.

ஒருநாள் அம்மும்மா சற்று அழுக்கான மேல்துண்டைத் தோளில் போட்டு சர்வோதயாவுக்கு வந்தாள். ‘கமலாவைப் பார்க்கவே முடியறதில்ல. உன்கூட எப்பவும் தோழிகள் இருக்காங்க’ அம்மும்மா கூறினாள். ஓரிரவு தன்னுடன் நாலப்பாட்டு வீட்டில் தங்க வேண்டுமென்றும் நள்ளிரவு வரை சுவாரஸ்யமாகப் பேசிக்கொண்டிருக்க வேண்டுமென்றும் கூறினாள். அன்றிரவு நாலப்பாட்டு வீட்டுக்கு வருவதாக ஒத்துக்கொண்டேன். மாடியின் நடுவிலிருக்கும் அறையில், ஒரு விளக்கை எரியவைத்து எனக்காகக் காத்திருப்பதாக அம்மும்மா கூறினாள். ஆனால், அது கார்த்திகை மாதம். மழைக்கான எச்சரிக்கையை விடுத்தபடி அவ்வப்போது காற்று சீறிக்கொண்டிருந்தது. சாப்பிட்டுவிட்டு டார்ச்சை எடுத்துக்

கிளம்பும்போது அப்பா கூறினார்: 'போகாதே.' படிக்கட்டுகளில் இறங்க முற்பட்ட நான் ஏமாற்றத்துடன் மீண்டும் அந்தப் படிக்கட்டுகளில் ஏறிப் படுக்கையறைக்குச் சென்றேன். நானூறு ஆண்டுகள் பழமைவாய்ந்ததும் சற்றுச் சிதிலமடைந்ததுமான நாலப்பாட்டு வீட்டில் அந்த மழைக்காலத்தில் நான் உறங்குவதை அப்பா விரும்பவில்லை. அன்றிரவு சுமார் இரண்டு மணிக்குக் கண்விழித்து, வராந்தாவுக்குப் போய்க் கிழக்குப் பக்கம் பார்த்தேன். அப்போதும் நாலப்பாட்டு அம்மும்மா ஜன்னல்படி மீது ஏற்றிய முட்டை விளக்கு மங்கலாக எரிந்துகொண்டிருந்தது. முதுமையின் தனிமைக் குறியீடாக அந்த விளக்கு தெரிந்தது. நான் பம்பாய்க்குத் திரும்பிச் செல்வதற்குள் ஒருமுறையேனும் அம்மும்மாவுடன் தனியாக அமர்ந்து உரையாட இயலவில்லை. ஒருகாலத்தில் தனது உடலுடன் சேர்ந்து படுத்துறங்கிய பேரக்குழந்தை வளர்ந்துவளர்ந்து ஓர் அந்நியளாகிவிட்டதாக அம்மும்மா உணர்ந்தாள். பம்பாய்க்குக் கிளம்பும்போது விடைபெற்றேன். டாக்ஸியில் ஏறும்போது அம்மும்மா அழுது சிவந்த கண்களுடன் படிப்புரையின் நடைகல் மீது வந்து நின்றாள்.

'விஷு¹வுக்கு வரணும், தெரிஞ்சதா' என்றாள்.

நான் தலையாட்டினேன்.

'விஷுவுக்கு வர மாட்டியா?' கேட்டாள்.

'விஷுவுக்கு வருவேன்' என்றேன். விஷுவுக்கு இரண்டு வாரம் முன்பு அவர் காலமானார்.

இளமைப்பருவம். அம்மும்மா. விளக்கு. பாழடைந்த ஒரு வீடு. விஷு ... இந்த வார்த்தைகள் ஒவ்வொன்றும் இன்று என் மனத்தைக் காயப்படுத்துகின்றன. ஆனால், கழிவிரக்கப்பட்டு என்ன பயன்? இறந்தகாலத்தின் மீது நமது காலடிகள் உறுதியாக இருப்பதில்லை. நாம் நிகழ்காலத்தின் செல்லப்பிள்ளைகள். முன்னோக்கி மட்டுமே சுவடுகளை வைக்கும் நடனமாக நமது வாழ்க்கை இருக்க வேண்டும். ஆகவே என்னுடைய அம்மாவின் தாயே, உங்களுடைய சிவந்த, கனிந்த, இதயப்பழத்திலிருந்து அதனுடைய விதையைப் பறித்தெடுத்து உங்களுடைய சிதையில் இன்று வீசுகிறேன். நீங்கள் நேசித்த நாலப்பாட்டு வீட்டின் பழமைவாய்ந்த அடித்தளத்தைச் சம்மட்டியால் உடைத்து அதனுடைய தரைக்கற்களைத் தோண்டியெடுக்கிறேன் நான். ஆசாரிகளும் பிற பணியாட்களும் இடித்து உடைக்கும்போது எழும் சத்தம் கேட்டுத் தெற்குத் தோட்டத்தில் உறங்கும் பிரேதங்கள் ஒரு மௌன அரற்றலைத் தொடங்குகின்றன...

---

1 பண்டிகை

என் கதை

ஒரு வெள்ளிக்கிழமை இரவு கிட்டத்தட்ட இரண்டு மணிக்கு அம்மும்மா இறந்துகிடப்பதைக் கனவுகண்டு விழித்தெழுந்தேன். எனது கணவர் என்னை ஆறுதல்படுத்திக் கூறினார்: 'கனவுக்கு எதிர்மறையாகத்தான் நடக்கும்.' ஆனால், திங்கட்கிழமை எனக்குத் தகவல் எட்டியது, வெள்ளிக்கிழமை அம்மும்மா இறந்துவிட்டாளென்று. அம்மும்மா நடைமுறை சார்ந்தவளும் ஒழுக்கநெறியைக் கடைப்பிடிப்பவளுமாக இருந்தாள். எனது வாழ்க்கைமுறைகள் அவளை வேதனைப்படுத்தக் கூடாதென விரும்பினேன். எனவே, என்னை உலகிலேயே அதீதமாக நேசித்த அந்த நபரின் மரணத்தில் ஒருகணம் கடும் துயரை அடைந்தவளாகவும் மறுகணம் புதிய விடுதலையைப் பெற்றவளாகவும் மகிழ்ச்சியடைந்தேன். ஒரு வாரத்திற்குள் அனைத்து அழகுகளும் நிறைந்த ஓர் இளைஞனிடம் காதல்வயப்பட்டேன். நான் ஜிம்கானாவிலிருந்து டென்னிஸ் ஆட்டத்தைக் கற்றுத் திரும்பும் வழியில் என்னைப் புன்னகையுடன் பாராட்டினான்.

அஸ்தமிக்கத் தொடங்கிய சூரியன் அவனது சாம்பல்நிறக் கண்களில் சிறிய தீநாளங்களைப் படிய வைத்தது. அவனது பற்களின் வெண்மையும் அழகும் கன்னச்சிவப்பும் என்னைச் சட்டென்று கீழ்ப்படிபவளாகவும் பணிவுடையவளாகவும் செருக்கற்றவளாகவும் ஆக்கின.

14

இருளின் முதல் அத்தியாயம்

மீண்டும் பம்பாய்க்கு வந்தபோது எனது கணவர் ஹரிநிவாஸில் இருந்த வீட்டை ஒரு மகாராஷ்டிரக்காரனுக்கு விற்றார். வீடு மாறும்போது எங்களுடைய தாம்பத்திய வாழ்க்கையும் மேம்படும் என அவர் கருதியிருக்கக்கூடும். கார் என்று அழைக்கப்பட்ட நகரப்பகுதியில் இருந்த ஒரு வாடகை வீட்டில் நாங்கள் வசிக்கத் தொடங்கினோம். அவரது அன்புக்குரிய நண்பர் எங்கள் பக்கத்து வீட்டுக்காரராக இருந்தார். அன்று எங்களுடன் ஓர் இளைஞனும் வயதான வேலைக்காரியும் பதினைந்து வயது வேலைக்காரி ஒருத்தியும் இருந்தார்கள். எல்லோரும் புதுமுகங்கள்.

அக்காலத்தில் எனது கணவர் காலையில் ஒன்பது மணிக்கோ அல்லது அதற்கு முன்பாகவோ அலுவலகத்திற்குப் போனால் இரவு பத்து மணிக்குப் பிறகே திரும்புவார். ஆகவே எனது மகனைக் கொஞ்சுவதற்கு மட்டுமல்ல, அவனிடம் பரிச்சயம் கொள்வதற்குக்கூட அவருக்கு நேரம் கிடைக்கவில்லை. ஒருதடவை இரவு பன்னிரண்டு மணிக்குக் குழந்தை உரக்க அழுதபோது கணவர் கோபமடைந்தார். அவர்களிடையே காணப்பட்ட பாசமின்மை என்னைக் கவலையடைய வைத்தது. எனது கணவருக்கு ஞாயிற்றுக்கிழமை விடுமுறை இருக்கவில்லை. Rural Credit Survey Committee-யின் அறிக்கையை வெளியிடுவதற்கான முனைப்பில் ரிசர்வ் வங்கி ஈடுபட்டிருந்தது. ஆகவே, அமைதியைக்

கலைக்காமல் ஒவ்வொரு இரவும் நான் தூங்கிய பிறகு எனது படுக்கையறையில் நுழைந்து அவமதிக்கப்பட்ட உடலை உபயோகிப்பவராகவே இருந்தார். இரவு நெடுநேரம் படுக்கையில் கிடந்து அழுதேன். அக்காலத்தில் எனக்கு நண்பர்கள் இருந்தார்கள். ஆனால், அன்பு கிடைக்கவில்லை. இந்தத் திருமணத்தைத் தோல்வியாக ஏற்றுக்கொண்டு ஊருக்குத் திரும்பவும் தைரியம் வரவில்லை. ஏனெனில், எங்கள் இருவரின் குடும்பங்களினிடையே பல வருடங்களாக நெருங்கிய உறவு இருந்தது. எனது அம்மாவின் தாய்மாமனான நாராயணமேனோன் அக்குடும்பத்திலிருந்தே இரண்டு முறை திருமணம் முடித்திருந்தார். எனது சித்தியின் கணவர் அந்தக் குடும்ப உறுப்பினர். எனது பிரியத்திற்குரிய தோழி மாலதிக்குட்டியும் அந்தக் குடும்பத்தின் அங்கம். மட்டுமல்ல, சமுதாய அந்தஸ்தைப் பற்றிச் சதாசமயமும் யோசிக்கக்கூடிய மனநிலையில் என் பெற்றோர்களும் நாலப்பாட்டுக் குடும்பத்தினரும் இருந்தார்கள். மணமுறிவுக்குப் பிறகு எனது நிலைமை மிகவும் பரிதாபத்திற்குரியதாகிவிடும் என்பது எனக்குத் தெரியும். ஒரு குழந்தைக்குத் தாயும் சாதாரணத் தோற்றமும் கொண்ட ஓர் இளம்பெண்ணை மறுமணம் செய்துகொள்ள எளிதில் யாரும் முன்வர மாட்டார்கள். படிப்பறிவற்ற எனக்கு வேலையும் கிடைக்கப் போவதில்லை. இத்தகைய யோசனைகள் எனது உறக்கத்தைக் கெடுத்தன.

ஒருமுறை என் கணவர் எங்கோ பயணம் சென்றபோது என் மகன் விஷ ஜுரத்தால் பாதிக்கப்பட்டு இறந்து போகக்கூடிய நிலையில் இருந்தான். வேலியில் வளர்ந்திருந்த ஆமணக்குக்காயைத் தின்றதாக அவனைப் பராமரித்து வந்த கிழவி என்னிடம் கூறினாள். குழந்தை வாந்தியெடுப்பதை நிறுத்தவில்லை. பின்னர் நீலம்பாரித்த உதடுகளால் என்னை அழைத்து வாய்விட்டு அழுதான். அவனது தோலின் நீர்ச்சத்து வற்றிப் போனது. கண்களின் அடிப்பகுதியில் கருநிழல்கள் படியத் தொடங்கின. அந்த நள்ளிரவு வேளையில் மருத்துவர் என்னை ஆறுதல்படுத்த முயன்றுகொண்டிருந்தார்; இறைவன் உதவட்டும் என்றார். நான் சமையலறைத் தரையில் விழுந்து குருவாயூரப்பனைக் கூப்பிட்டு அழுதேன். அவன் குணம் பெற்றதும் எனது எல்லா ஆபரணங்களையும் குருவாயூருக்குக் கொடுப்பதாக வேண்டினேன். அதிர்ஷ்டவசமாக அவன் எனக்குக் கிடைத்தான். அதற்குப் பிறகு வழக்கம்போல நான் நகைகளை அணிவது கிடையாது, திருமண மோதிரத்தைத் தவிர.

அக இருளால் என் முகப்பொலிவே முற்றிலும் இல்லாமலானது. ஓர் அழுக்கான புடவையை உடுத்திக்கொண்டு அந்த அறைகளில் எப்போதும் உலாவிக் கொண்டிருந்தேன்.

எனக்குப் பைத்தியம் பிடித்திருப்பதாகக் கணவர் கூறினார். 'உனக்கு என்ன தேவைப்படுதுன்னு எனக்குத் தெரியாது' ஏமாற்றத்துடன் கூறினார்.

அவர் தனது நண்பருடன் நெருங்கிப் பழகினார். தங்களுக்குள் அன்பைப் பரிமாறிக் கொண்டிருக்கும்போது அந்த அறையைவிட்டு வெளியேறினேன். அவர்கள் காதலர்களைப் போல நடந்துகொண்டார்கள். எனது பிறந்தநாளைக் கொண்டாடுவதாகச்சொல்லி, ஒரு ஞாயிற்றுக்கிழமை காலைநேரத்தில் என்னை வெளியேற்றிவிட்டுப் படுக்கையறைக்குள் சென்று கதவைச் சாத்திக் கொண்டார்கள். நான் அழுகையைக் கட்டுப்படுத்தி வாசலுக்கு வந்தேன். எனது அழகான மகனைத் தூக்கியெடுத்துப் பலமுறை முத்தமிட்டேன். எனது பெண்மையை வெறுத்தேன். எனது அந்தரங்கப் பகுதி எனது ஆத்மாவின் காயம் என்றும், ஒரு புண் மட்டுமே என்றும் அந்நிமிடத்தில் எனக்குத் தோன்றியது.

தூங்கிக்கொண்டிருந்த எனது கணவரின் பாதங்களைத் தழுவியவாறு உறங்காமல் கிடந்தேன். அவரது அன்பு ஒருபோதும் எனக்குக் கிடைக்கப் போவதில்லையென்று கருதினேன். ஓரிரவு உறங்கிக்கொண்டிருந்த கணவனையும் மகனையும் விட்டுவிட்டு வீட்டின் மொட்டை மாடிக்குச் சென்று கீழே பார்த்தேன். வாசலிலும் மதிலுக்கு வெளியிலும் தேங்கிக்கிடந்த நிலவொளியில் எனது ரத்தத்துளிகளைச் சிதற வைத்துத் தற்கொலை செய்து கொள்ளத் தீர்மானித்தேன். நிலவு வானத்தில் விரைவாக நகர்ந்துகொண்டிருந்தது. தெருவோரக் குப்பைத்தொட்டியில் இரண்டு தெருநாய்கள் உணவைத் தேடிக்கொண்டிருந்தன. அம்பேத்கர் சாலை ஆரம்பமாகும் இடத்தில் பேருந்து ஓட்டுநர்கள் இளைப்பாறுவதற்காக அமைக்கப்பட்டிருந்த ஷெட்டில் நின்றவாறு அங்குமிங்குமாகத் திரும்பி நடனமாடும் ஒரு பைத்தியக்காரன். நான் நான்கடி பின்வாங்கினேன். அந்தப் பைத்தியக்காரனின் தாளத்தைச் சட்டென்று என் கால்கள் வரவேற்றன. நான் எனது கூந்தலை அவிழ்த்துப் போட்டேன். உலகின் தனிமை சூழ்ந்த வெண்மாடத்தின்மீது நடனமாடுவதாக எனக்குத் தோன்றியது. கடைசி மனிதனின் உன்மத்த நடனம்.

கனவில் நடப்பவளைப் போல படிக்கட்டுகளில் இறங்கி வீட்டிற்குள் புகுந்தேன். எங்களுடைய சிறிய வரவேற்பறையின் விளக்கை எரிய வைத்தேன். காகிதங்களை எடுத்து, தெளிந்த ஓர் எதிர்காலத்தைப் பற்றிய கவிதையெழுத முடிவெடுத்தேன்:

Wipe out of the paints unmould the clay
Let nothing remain of that yesterday . . .

மறுநாள் காலையில் அந்தக் கவிதையை பி.இ.என். காரர்களின் பத்திரிகைக்கு அனுப்பினேன். எனது துயரம் தேன்துளிகளைப் போல சொட்டுச்சொட்டாக விழுந்தது. எனது துயரம் அன்றுமுதல் கார்மேகத் தீற்றல்களைப்போல பத்திரிகை ஏடுகளில் பறந்து திரிந்தது.

எனது வயதான மாமியார் அந்த வீட்டின் அரை நாழிகை சுற்றுப்பகுதிகளில் வசித்துவந்த மலையாளிகளை அறிமுகமாக்கிக் கொண்டார். அவள் மதியவேளையிலும் ஞாயிற்றுக்கிழமை காலை நேரங்களிலும் அங்கெல்லாம் சென்று நலவிசாரிப்புகளைக் கேட்டு, நிறைய பரிசுகளைப் பெற்றுத் திரும்பினார். ஆனால், கண்டிக்கத் தெரியாத என்னால் அவரிடம் எதையும் கேட்க இயலவில்லை. எதையாவது கேட்டால் கடும் வெறுப்புடன் தலையைத் திருப்பியபடி சொல்வார்: 'கொழந்தைக்குப் பைத்தியம்.' ஒருமுறை என் கணவர் அலுவலக விஷயமாகச் சுற்றுப்பயணத்தில் இருந்தார். இரவில் நான் தூங்கிக்கொண்டிருந்தபோது யாரோ கதவைத் தட்டினார்கள். அன்று தலைவலியும் சிறிது காய்ச்சலும் இருந்தமையால் குழந்தையைப் பக்கத்து அறையில் கிழவியுடன் படுக்கவைத்திருந்தேன். ஆகவே அவன் என்னைப் பார்க்க விரும்புகிறானெனக் கருதிக் கதவைத் திறந்தேன். இருட்டில் வேலைக்காரிக் கிழவி நின்றுகொண்டிருந்தாள். அவளுக்குப் பின்னால் புலப்படாத நிழலொன்று தெரிந்தது. 'கொழந்தை, இதோ வந்திருக்கிறவருக்குக் கொழந்தைகிட்டே ஏதோ சொல்லணுமாம் . . .' என்றாள். 'இந்நேரத்திலா? இந்தவேளையில் யாரும் என்னைப் பார்க்க வர வேண்டாம். நாளைக்குக் காலையில் பேசலாம்' பயத்தால் எனது தொண்டை வறண்டு போயிருந்தது.

அந்த மனிதன் அறைக்குள் நுழைந்தான்.

'நடுராத்திரியிலா?' நான் உரக்கக் கேட்டேன்.

'கொழந்தை பயப்படாதே, கொழந்தைக்குத் தொல்லை கொடுக்க மாட்டார். கொழந்தைமேல இருக்கற பிரியத்தாலே தானே வந்திருக்கிறார்?' கிழவி மறைந்தாள்.

'தயவுசெய்து இங்கிருந்து போங்க. நாளை காலையில வாங்க . . . இப்ப பேச என்ன இருக்குது?' நான் அரற்றிக் கொண்டிருந்தேன். என் முழங்கால்கள் நடுங்கின. அவன் என்னை இறுகக் கட்டியணைத்துக் கட்டிலில் சாய்த்தான். கோல்ட் க்ரீம் பூசப்பட்டிருந்த என் கன்னங்களை அவனது முரட்டுத்தனமான முகம் உரசிக் கொண்டிருந்தது.

'அய்யோ, தயவுசெய்து இங்கோர்ந்து போயிடு . . .' என்றேன். அவன் அந்த இருட்டில், இருட்டைவிட இருண்ட ஒரு

மௌனத்தில் என்மீது படுத்தான். அவனது சுவாசத்திற்கு ஏதோ மதுவின் துர்நாற்றம் இருந்தது. முழுமை பெறாத ஒரு பாலியல் வன்முறைக்குப் பிறகு என் கால்களில் களைப்புற்று விழுந்தான். வேதனையாலும் வெட்கத்தாலும் என்னுடல் அசைவற்றுக் கிடந்தது. அவன் என் கால்விரல்களை முத்தமிட்டான். அந்த உதடுகள் சுடுவதாக எனக்குத் தோன்றியது. 'என்னை மன்னிக்க மாட்டாயா கொழந்தை?' என்றான்.

'இதைப் பத்தி யார்கிட்டேயாவது சொல்லுவியா?' அவன் கேட்டான்.

நான் எதுவும் பேசவில்லை.

சற்று நேரத்தில் அவன் உறங்கிவிட்டான். நான் எழுந்து என் மகன் உறங்கிக்கொண்டிருந்த அறைக்குப் போனேன். மகனைக் கட்டியணைத்துப் படுத்தபோதும் எனது இதயம் துடித்துக் கொண்டிருந்தது. அது சிறகைக் கொண்ட பறவையாக எனக்குத் தோன்றியது. மறுநாள் காலையில் கண்விழித்தபோது இரவில் நடந்த சம்பவம் ஒரு கெட்ட கனவைப்போல வெகுதொலைவில் இருந்தது. ஆனால், நான் எனது ஆளற்ற படுக்கையறைக்குப் போய் அங்கெல்லாம் தேடிக்கொண்டிருந்தபோது வேலைக்காரிக் கிழவி என்னிடம் சுவாரஸ்யமில்லாமல் கேட்டாள்:

'எதை இப்படித் தேடிக்கிட்டிருக்கறே?'

நான் எதுவும் சொல்லவில்லை. சொன்னாலும் பதிலளிப்பாள்: 'கொழந்தைக்குப் பைத்தியம்.'

மறுநாள் இரவு நெருங்கியபோது எனது மகனை எடுத்து வந்து படுக்கையில் கிடத்தினேன். அக்காலத்தில் நானும் அவனும் சேர்ந்து ஒரு பிரத்தியேக விளையாட்டை விளையாடுவோம். படுக்கை விரிப்பைத் தரையில் தொடும் விதமாக இறக்கிவிட்டு அவனுக்குத் தெரியாமல் கட்டிலடியில் ஒளிந்துகொள்வேன். பிறகு எனது குரலை மாற்றி அவனை அழைப்பேன்.

'மோனு!'

என்னை ஸ்ரீகிருஷ்ணன் எனக் கருதி மகன் பேசத் தொடங்குவான்.

'உண்ணி கிருஷ்ணன் இன்று காட்டுக்குப் போகலையா?'

'பலபத்திரன் எங்கே?'

அவன் பல கேள்விகளைக் கேட்டுக்கொண்டிருப்பான். உண்ணிகிருஷ்ணனும் பலபத்திரனும் அன்று காலை முதல்

உண்ட உணவுகளின் பட்டியலையும் ஆடிய ஆட்டங்களின் நீண்ட விவரணையையும் கொடுப்பேன்.

உண்ணி கிருஷ்ணனின் பின்னால் திரியும் ஒரு குரங்கும் இருப்பதாக அவனை நம்பச் செய்தேன்.

'இன்றைக்குக் குரங்கைக் கொண்டு வரலையா?' மகன் கேட்பான்.

'இதோ இங்குதான் இருக்குது' என்பேன். பின்னர் குரங்கின் சார்பாகச் சலசலக்கும் பாராட்டுகள். அவ்வப்போது சாக்லெட்டுகள், விளையாட்டுப் பொருட்கள் போன்றவற்றை யாருக்கும் தெரியாமல் வாங்கி, அதைக் கட்டிலின் அடியிலிருந்து எடுத்து, துணி மூடிய கையை உயர்த்திக் காட்டுவேன்; ஸ்ரீகிருஷ்ணனின் பரிசுகள்.

'ஒருநாளைக்காவது வெளியில் வந்து என்னுடன் விளையாடு' மகன் சொல்வான்.

'நான் சீக்கிரமாக வருவேன். குழந்தையோட பிறந்தநாள் விருந்துக்கு நிச்சயமாக வருவேன்' ஸ்ரீகிருஷ்ணன் கூறுவான்.

எங்கள் இருவரின் யதார்த்த வாழ்க்கையினடியில் ஒரு இணைக்கோட்டைப்போல இத்தகையதொரு கற்பனை வாழ்க்கை இருந்தது. ஆகவே என் மகன் இந்துமதக் கடவுளர்களிடம் மட்டுமல்ல மேற்கத்தியவர்கள் எழுதிய தேவதைக் கதைகளில் காணப்படும் எல்லாக் கதைமாந்தர்களிடமும் நெருக்கத்தைப் பேணி வந்தான். அவனது ஒவ்வொரு நாளிலும் மாயத்தையும் இந்திர ஜாலத்தையும் கலந்தேன். அவன் எப்போதும் மகிழ்ச்சியின் புன்னகையைத் தூவிக் கொண்டிருந்தான். என் மடியில் அமர்ந்திருக்கும்போது என் உண்ணிகிருஷ்ணனாக இருந்தான்.

15

இருளின் இரண்டாவது அத்தியாயம்

இரண்டாவது முறை கர்ப்பம் தரித்தபோது எனது இயல்பில் சில மாற்றங்கள் உண்டாயின. எனது அறிவின் அடித்தளக் கற்கள் மெதுவாக அசையத் தொடங்கின. நான் புலால் உணவை உண்ணத் தொடங்கினேன். சட்டென்று கோபப்படுபவளாகவும் அழக்கூடியவளாகவும் ஆனேன்.

எட்டாவது மாதத்தில் நாலப்பாட்டுக்கு வந்த பிறகு எனது மௌனம் அம்மும்மாவைக் கவலைகொள்ள வைத்தது. சுவரில் பல்லியையோ விரிசலையோ வெறித்துப் பார்த்தபடி ஒருமணிநேரம் அசையாமல் அமர்ந்திருக்க என்னால் முடிந்தது.

'கமலாவோட சிரிப்பும் விளையாட்டும் எல்லாம் எங்கே போயின?' அம்மும்மா அடிக்கடி இந்தக் கேள்வியை என்னிடம் எழுப்புவாள்.

கர்ப்பிணிகளுக்கு அவர்கள் ஆசைப்படும் உணவுப் பதார்த்தங்களைத் தர வேண்டுமென்று அம்மும்மா நம்பிக்கொண்டிருந்தாள். ஆகவே சிறிது விஸ்கியையோ பிராந்தியையோ அருந்த ஆசைப்படுவதாகக் கூறியபோது அந்தத் தடை விதிக்கப்பட்ட பொருட்களைக்கூட வரவழைக்க ஏற்பாடு செய்தாள். எனது பெரியத்தையின் சகோதரர் ஒருவர் அடிக்கடி திருச்சூருக்குப் போய்

வருவார். அவர் லேபிள் ஒட்டப்பட்டிருந்த பிராந்தி பாட்டிலைத் திருச்சூரிலிருந்து எனக்காகக் கொண்டு வந்தார். அதில் எதைக் கலக்கிப் பருக வேண்டுமென்று எனக்குத் தெரியாது. அம்மும்மா முதல்முறையாக இந்தத் திரவத்தைப் பார்க்கிறாள். மூடியைத் திறந்து முகர்ந்து பார்த்தாள். பின்னர் மூக்கைச் சுழித்தாள். அன்றிரவு சுக்குநீரைக் கலந்து நான்கைந்து அவுன்ஸ் பிராந்தியைப் பருகினேன். முதல் மதுபானம். காலைவரை உறங்காமல் கவிதை எழுதிக்கொண்டிருந்தேன். பிறகு படிக்கட்டின் அடியில் எண்ணெய் பாட்டில்கள் வைக்கும் அலமாரியில் அம்மும்மா மதுக்குப்பியை ஒளித்துவைத்தாள்.

அக்காலத்தில் நான் பெற்றோருடனும் அம்மும்மாவுடனும் நாலப்பாட்டு வீட்டிலிருந்து அரை ஃபர்லாங் தொலைவில் இருந்த சர்வோதயா என்னும் வீட்டில் வசித்து வந்தேன். பத்தாவது மாதத்தில் அடிக்கடி திராட்சை அரிஷ்டத்தை அருந்திக் கொண்டிருந்தேன். ஓரிரவு திராட்சை அரிஷ்டத்தின் போதையில் அம்மும்மாவின் அறையில் படுத்துக்கொண்டிருந்தேன். அப்போது புலப்படாத ஒரு வலியால் அரற்றியபடி கண்விழித்தேன். என் கட்டிலின் கால்மாட்டில் வெறும் தரையில் அமர்ந்து அம்மும்மாவும் அப்பாவும் என்னையே பார்த்துக்கொண்டிருந்தார்கள்.

'என்ன ஆமி, உன் உடம்புக்கு முடியலையா? தூக்கத்தில் அதிகமா அரற்றிக்கிட்டிருந்தே' அப்பா கேட்டார்.

நான் எழுந்து என் படுக்கையறைக்குப் போனேன். வலி அதிகரித்தது. அரைமணி நேரத்திற்குள் எனது இரண்டாவது மகனைப் பெற்றெடுத்தேன். வீட்டிலும் சுற்றுவட்டாரத்திலும் எனது கதறல் எதிரொலித்தது. அப்பா சிகரெட்டைப் புகைத்தபடி வாசலில் உலாவிக்கொண்டிருந்தார். 'அழாதே மகளே, அழாதே' என்று எனது மருத்துவச்சி தொடர்ந்து முணுமுணுத்துக் கொண்டிருந்தாள். முதல் பிரசவத்திற்கும் அவள்தான் உதவினாள். அன்று ஒரு பெண்ணாகி விட்டிருந்தேன் என்பதைத் தவிர எனக்குப் பிரசவவலியைப் பற்றித் தெளிவான புரிதல் எதுவும் இருக்கவில்லை. கிராமஃபோன் இசைத்தட்டுகளை மாற்றிமாற்றி வைத்து இசையின் அலைகளில் வேதனையைக் கரைக்க முயன்று கொண்டிருந்தேன். கடைசிக் கடும்வலி வந்து சேரும்வரை என் கையில் இசைத்தட்டுகள் இருந்தன. எனது கிராமஃபோன் சுழன்று கொண்டிருந்தது.

இரண்டாவது பிரசவத்திற்குப் பிறகு எனது பிரசவ சிகிச்சையைக் கணவரின் அம்மாவும் அம்மும்மாவும் ஏற்றுக் கொண்டார்கள். மாமியார் தயாரித்துத் தரும் கல்லீரல் சூப்பு, பிராந்தி சேர்த்த கோழிமுட்டை, சிக்கன் ப்ரோத் போன்றவற்றை

நேரம் தவறாமல் சாப்பிட்டு வந்தேன். காலையில் எண்ணெய் தேய்த்து, தெச்சி இலையைப் போட்டுக் கொதிக்கவைத்த நீரில் குளிப்பாட்டுவதற்காக உண்ணிமாயம்மா என்கிற சுமங்கலிப் பெண் வருவாள். ரத்த நிறத்தைக் கொண்ட நீரில் குளித்த காரணத்தாலோ என்னவோ எனது தோல் சிவந்தது. எனது உடல் பருத்தது. இருப்பினும் தோள்பட்டையின் புள்ளிகள் என்னை நிம்மதியிழக்க வைத்தன. இரவில் தூக்கம் குறைந்துகொண்டே வந்தது.

பம்பாய்க்குத் திரும்பிச் சென்றபோது எனது மூளையின் அமைதியின்மை அதிகரித்தது. வீட்டைவிட்டுக் கிளம்பி இலக்கின்றி நடக்கவும் அப்படி நடந்துநடந்து உலகின் மறுமுனையை எட்டவும் விரும்பினேன். நடந்துநடந்து புறப்பட்ட இடத்திற்கே வந்து சேர்வேன் என்று அப்போது நினைக்கவில்லை. ஒருவனின் எதார்த்த உலகம் வெளியில் தென்படும் உலகம் அல்ல. அவனுக்குள் இருப்பதும் முடிவற்றதுமான உலகம் அது. தன்னிடமிருந்து பயணிக்க ஆயத்தமாகும் ஒருவனுக்குத்தான் தெரியும், தன்னால் தேர்ந்தெடுக்கப்பட்ட பாதைக்கு முடிவில்லையென்று. அது நீண்டுநீண்டு சென்றது. இதில் எதையும் இருபதாம் வயதில் நான் அறிந்திருக்கவில்லை. ஆகவே வீட்டின் பின்புறம் சிவந்த நாடாவைப் போலக் காட்சியளிக்கும் சரளைக்கற்களைக் கொண்ட தெருவழியாக நடந்து தண்டா (Danda) என்னும் கடற்கரையைச் சென்றடைந்தேன். செம்படவர்கள் சுருட்டி வைத்திருந்த கரிய வலைக்கட்டுகளின் மீதமர்ந்து கடலைப் பார்த்தேன். அதனுடைய கொந்தளிப்பு எனக்குள்ளிருந்த புலப்படாத அமைதியின்மையை இரட்டிப்பாக்கியது.

சுயநினைவை இழந்தவளைப் போல உரையாடும் என்னை ஒரு மனநல நிபுணரிடம் காட்டுவதே சிறந்ததெனக் கணவரிடம் அவரது நண்பர்கள் கூறினார்கள். வெட்கப்படும் இயல்பைக் கொண்ட நான் ஆடைகளைக் களைந்து அறையில் திரிந்தேன். என்னைப் பார்த்து வயது முதிர்ந்த வேலைக்காரி பலமுறை அழுதாள்.

ஒருநாள் மனநல நிபுணர் வந்து சேர்ந்தார். அன்று நான் வாசலில் இரண்டு ஓவியங்களை வரைந்து வைத்திருந்தேன். பாம்புகளும் பூதங்களும் சேர்ந்து புணரும் காட்சிகளை வரைந்திருந்தேன். எனது நாட்குறிப்பில் எழுதிவைத்திருந்த கவிதைகளையும் கணவர் அவரிடம் காட்டினார். அவர் எனக்கு அடிக்கடி புரோமைட்ஸ் மாத்திரைகளைக் கொடுக்குமாறு கூறிவிட்டு விடைபெற்றுச் சென்றார். உடனடியாக எனக்கோர் இடமாற்றத்தை ஏற்படுத்தித் தருமாறு கணவரிடம் கூறினார்.

மறுநாளே என் கணவர் லோனாவலாவுக்குக் கூட்டிப் போனார். அடர்த்தியானதும் குளிர்ந்ததும் உறைந்து போனதுமான ஒரு மழை அங்கு பெய்துகொண்டிருந்தது. கம்பளிக் காலுறைகளையும் ஸ்வெட்டரையும் எனக்கு அணிவித்தார். பின்னர் சூடான சிக்கன் சூப்பைக் கரண்டியால் எடுத்து எனக்குப் புகட்டினார். எங்கள் விடுதியறையில் அவரை மார்போடு அணைத்து மழையின் தாளத்தைக் கேட்டுக்கொண்டே படுத்துத் தூங்கினேன்.

மறுபடியும் பம்பாயை அடைந்தபோது பத்திதாழ்த்திய பாம்பாக மாறியிருந்தேன். புரோமைட்ஸ் மாத்திரைகள் உட்கொள்வதனால் என் உள்ளங்கை எப்போதும் வியர்த்துக் குளிர்ந்திருந்தது. ஒருநாள் நான் வாசலில் என் மூத்த மகனோடு நின்றிருந்தபோது நெறியற்றவர்களின் கும்பலைச் சேர்ந்த ஒருவன் என்னைப் பார்த்துச் சிரித்தான்.

'நல்ல சரக்காக ஆயிட்டியே' அவன் என் உடலை நோட்டமிட்டபடி கூறினான்.

அதைச் சொல்லிவிட்டுச் சுற்றிமுற்றிப் பார்த்தான். யாரும் இந்தக் காட்சியைக் கவனிக்கவில்லை.

நான் எதுவும் பேசவில்லை.

'என்மேல இப்பவும் கோபமா?' அவன் கேட்டான்.

'எனக்கு எதுவும் தெரியாது' என்றேன்.

'உண்மையாகவே உன்னை நேசிக்கிறேன்' என்றான். நான் வாய்விட்டுச் சிரித்தேன். எனது அடங்காத சிரிப்பைக் கேட்டு மகன் திடுக்கிட்டான்.

'இப்படிச் சிரிக்காதே அம்மா ... இப்படிச் சிரிக்காதே ... என்றான். அந்த அமளியில் என்னைக் 'காதலித்த' இளைஞன் காணாமல் போனான்.

16

பலி மிருகங்கள்

சமுதாயம் ஏற்றுக்கொண்ட ஒழுக்கவிதிகளை நான் பொருட்படுத்தாமைக்குப் பல காரணங்கள் உள்ளன. அழியக்கூடிய மனித உடலே இந்த ஒழுக்கத்தின் அடிக்கல். அழிவற்ற மனித ஆத்மாவில் அல்லது அதைக் கண்டறியக்கூடிய திறன் இல்லையென்றால், மனித மனத்திலாவது உருவாக்கப்பட வேண்டியதுதான் உன்னதமும் வணங்கத்தக்கதுமான ஒழுக்கம் என்று நம்புகிறேன். சமுதாயத்தை அருவருக்கத்தக்க தோற்றம்கொண்ட கிழவியாக நான் காண்கிறேன். பகைமை நிறைந்த மனம் படைத்தவர்களையும் பொய் சொல்பவர்களையும் ஏமாற்றுபவர்களையும் தன்னலவாதிகளையும் ரகசியக் கொலையாளிகளையும் இந்தக் கிழவி ஒரு கம்பளியால் பாசத்தோடு போர்த்துகிறாள். இந்தக் கம்பளியின் ரகசியத்தை வெறுப்பவர்கள் வெளியில் கிடந்து குளிரால் நடுங்குகிறார்கள். பொய்களைச் சொல்லியும் நடித்தும் நம்பிக்கைத் துரோகமிழைத்தும் பலரையும் வெறுக்கவைத்தும் இந்த ஒழுக்கப் போர்வைக்கடியில் கதகதப்பும் தன்னலமும் கொண்ட ஓரிடத்தை நான் பெற்றிருக்கலாம். ஆனால், நானோர் எழுத்தாளராகி இருக்கமாட்டேன். எனது குரல்வளையை அடைத்துக் கொண்டிருக்கும் உண்மைகள் ஒருபோதும் வெளிச்சம் பெற்றிருக்காது. இலக்கியவாதியின் முதல்கடமை தன்னையே ஒரு பலிகடாவாக மாற்றுவதுதான். வாழ்வனுபவங்களிலிருந்து

தப்பிக்க அவன் ஒருபோதும் முயலக்கூடாது. பனியின் குளிரையும் நெருப்பின் வெப்பத்தையும் அவர் அனுபவிக்க வேண்டும். அவரது பாதங்களுக்கு ஓய்வு கிடையாது. அவை கொலையாளியின் மறைவிடங்களுக்கு அவரை அழைத்துச் செல்கின்றன. அவனது புலன்களுக்கு ஓய்வு குறைவாக இருக்கலாம். அவன் சிரிப்பவனாகவும் மது அருந்துபவராகவும் உடலுறவு கொள்பவராகவும் நோயுற்று நினைவிழந்து கிடப்பவராகவும் தேம்பியழுபவராகவும் இருக்கலாம். மனித வாழ்க்கையின் பலவிதகூறுகளைப் பதிவு செய்வதே அவரது முக்கியப்பணி. முடிவாக, மனிதஉடல் நெருப்புக்கும் மண்புழுக்களுக்கும் இரையாகிவிடும். மனிதன் பூமிக்கு இரையாவான். பூமியை அவன் தனது மஜ்ஜையில் பாதுகாக்கிறான். ஆனால், அவனது வார்த்தைகள் அழிவற்றவையாக மாறுவதுண்டு. காலத்தால் விழுங்க முடியாத சத்திய வசனங்களை அவன் அவ்வப்போது உச்சரிப்பதுண்டு.

இலக்கியவாதி என்பவர் எதிர்காலத்துடன் மோதிரம் மாற்றிக்கொண்டு திருமணம் நிச்சயிக்கப்பட்ட ஒரு நபர். அவன் உரையாடுவது உங்களிடம் அல்ல, உங்களின் அடுத்த தலைமுறையினரிடம்தான். அந்த உணர்வைத் தனது மனத்தில் கொண்டிருப்பதால் மட்டுமே, உங்களில் சிலர் வீசும் கற்கள் அவரது உடலை வேதனைப்படுத்தியபோதிலும் அமைதியாக இருக்கிறான்.

நேர்மையுடன் எதையும் மறைத்து வைக்காமல் இத்தகையதொரு சுயசரிதையை எழுதுவது ஒருவகையான ஆடை அவிழ்ப்பு (*Striptease*) என்று சிலர் என்னிடம் கூறினார்கள். அது உண்மையாக இருக்கலாம். எனது உடைகளையும் ஆபரணங்களையும் முதலில் கழற்றிவைப்பேன். அதற்குப்பிறகு இளம் பழுப்புநிறத்தாலான இந்தத் தோலை உரித்து எலும்புகளை நொறுக்க உத்தேசிக்கிறேன். முடிவாக, எலும்புக்குள்ளிருக்கும் மஜ்ஜையின் அடியாழத்தில் ஒரு நான்காவது பரிமாணத்தில் தனிப்பட்ட ஓர் இருப்பிடம் இல்லாததும் தனித்து விடப்பட்டதும் வெகு அழகானதுமான ஆத்மாவை உங்களால் காண இயலுமென்று எதிர்பார்க்கிறேன். நிறமும் மினுமினுப்பும் ஒளியும் கதகதப்பும் கொண்ட இந்த வெற்றுத்தோலாக இருக்கும் உடலைக் காட்சிப்படுத்த நான் விரும்புவதில்லை. இது வெறும் ஒரு கூத்துப்பாவை. இதனுடைய சலனங்களுக்கு ஒரு பாவையின் சலனங்களுக்குரிய முக்கியத்துவமே உள்ளது. ஆனால், புலப்படாத எனது ஆத்மா உங்களிடம் கேட்கிறது: என்னை நேசிக்க உங்களால் இயலுமா, என்றேனும் உடல் என்கிற ஆடையைக் களைந்து முழு நிர்வாணமாக நிற்கும் என்னை நேசிப்பீர்களா...

நீங்கள் தலையாட்டுகிறீர்கள்..? அதற்குச் சாத்தியமில்லை. அதனுடைய மதிப்பு அதனுடைய ஆடையலங்காரங்களின் மதிப்பு மட்டுமே. எங்கள் பார்வையில் பருத்த முலைகள், அடர்த்தியான கூந்தல், நறுமணம் மிக்க மர்ம ரோமம்... இவற்றையெல்லாம் நீக்கிவிட்டால் எஞ்சுவது எங்களுக்குத் தேவைப்படாத பொருள். அது துயரமானது, அந்த ஆத்மா... இருப்பினும் முயற்சிக்கிறேன். ஓர் அடர்வனத்தில் சிக்கிக்கொண்ட வழிப்போக்கன் தாகமும் களைப்பும் அடைந்து முடிவாக அந்தக் காட்டின் இதயப்பகுதியில் ஒரு பர்ணசாலையைக் கண்டடைவதைப்போல புனிதமான சந்திப்பாக இருக்கும்; அதை வாசகனுக்கும் எனது ஆத்மாவுக்கும் இடையிலான சந்திப்பு என்று நம்புகிறேன்.

நீல வானமும் சிவப்பு முருக்கம் பூக்களும் மஞ்சள் வண்ணத்துப் பூச்சிகளும் கண்களை மயக்கும் ஒரு ஜூன் மாதத்தில், கடலருகில் அமைந்திருந்த ‘தனாஸ்த்ரா’ என்னும் வளாகத்தில் நாங்கள் வசிக்கத் தொடங்கினோம். ஒன்றரை ஏக்கர் சுற்றுப்பகுதியைக் கொண்ட அந்த வளாகத்தில் கடலுக்கு எதிர்ப்புறமாக இரண்டு சிறியவீடுகளும் சாலைப்பக்கமாக திரும்பியபடி இடிந்துவிழும் நிலையில் இருந்த ஓர் ஆறடுக்குக் கட்டடமும் இருந்தன. அந்தப் பழைய வீட்டுக்கும் சிறிய வீடுகளுக்கும் நடுவில், கிழக்குச்சாலையிலிருந்து கடலை நோக்கி மேற்கு வாசற்கதவுவரை நீண்டு செல்லும் பாதையிலும் வழுவழுப்பான செந்நிறச் சரளைக்கற்கள் காணப்பட்டன. இரண்டாவது சிறிய படுக்கையறையில் படுத்து நாவல்களை வாசித்துக்கொண்டிருக்கும்போது, வாசற்படியைத் தாண்டி யாரேனும் நடந்துவரும் வேளையில் சரளைக்கற்கள் அசைவதைக் கேட்க முடியும். எனது படுக்கையறையின் மேற்கு ஜன்னலுக்குக் கீழே செழிப்பாக வளர்ந்திருக்கும் நந்தியாவட்டைப் பூக்களின் நறுமணம் எனது அறையில் வெகுகாலம் தங்கியிருந்தது.

வாசலில் பேட்மின்டன் ஆடுவதற்காக ஒரு புல்தரை. வெட்டப்பட்ட மருதாணிச் செடிகள் வளர்ந்திருக்கும் வேலிகள். வரிசைவரிசையாக வளர்ந்து நிற்கும் காசித் தும்பைச்செடிகள். காலை பதினொரு மணி வெளிச்சத்தில் பறந்து திரியும் மஞ்சள்நிற வண்ணத்துப்பூச்சிகள். ஓர் அடர் பச்சைநிறச் சட்டையை அணிந்து, தடித்து உருண்ட கால்களால் வண்ணத்துப் பூச்சிகளைப் பிடிக்க ஓடித்திரியும் எனது இரண்டாவது மகன் பிரியதர்சன் – அந்நாட்களின் இனிமையை மட்டும் நான் நினைவுகூர்கிறேன். சதுரத்திண்ணையில், போகன்வில்லாவும் ரங்கூன் மல்லிகைக்கொடிகளும் இரண்டு சுவர்களிலும் குளிர்ந்த நிழல்களைப் பரப்பிக்கொண்டிருந்தன. அங்கு நானொரு

தொங்கும் விளக்கைப் பொருத்தினேன். ஒரு மாலைவேளையில் எல்லாப் படிக்கட்டுகளுக்கும் மேலே இருக்கும் மிதிப்படியின் மீது அமர்ந்திருக்கும்போது சாம்பல் நிறக் கண்களையுடைய ஓர் இளைஞன் எனது காலடியில் வந்தமர்ந்தான். அவனது சிவந்த உதடுகளை அழுத்தமாக முத்தமிட விரும்பினேன். பேசும்போது அவனது உதடுகள் நடுங்குவதைக் கவனித்தேன்.

'நீ என்னைக் காதலிக்கிறாயா?' சிரித்துக்கொண்டே கேட்டேன்.

அவன் எனது புடவையின் தலைப்பில் முகத்தைப் புதைத்துக்கொண்டான். புற்தரையில் என் குழந்தைகள் ஓடி விளையாடிக்கொண்டிருந்தார்கள். வீட்டின் வரவேற்பறையில் ஒரு சோஃபாவில் அமர்ந்து எனது கணவர் கோப்புகளைக் கவனித்துக்கொண்டிருந்தார் ...

இரண்டு மூன்று நாட்கள் ஜுரத்தில் படுத்திருந்த எனது மூத்தமகன் 'மோனு' ஒருநாள் காலையில் கட்டிலை விட்டு எழுந்தவுடன் நிலைகுலைந்து தரையில் விழுந்தான். போலியோவாக இருக்கலாம் என்கிற சந்தேகத்தில் உடனடியாக ஒரு குழந்தைநல மருத்துவரை வரவழைத்தேன். தாமதிக்காமல் குழந்தையை எடுத்துக்கொண்டு நர்சிங்ஹோமுக்குப் போனேன். போலியோவுக்கு முந்தைய நிலை இது என்றார் மருத்துவர். கைகால்களுக்குச் சூடேற்றுதல் மட்டுமே இதற்கான சிசிச்சை. சிறிய மகனையும் கணவரையும் பிரிந்த காரணத்தாலும் மருத்துவமனையின் வசதிக்குறைவாலும் மிகவும் இளைத்துப் போனேன். எனது மனவலிமை குன்றியது. வழக்கம்போல அழ வேண்டுமென்று துடித்தேன். ஆறுவயதான என் மகன் மருத்துவமனைக் கட்டிலில் படுத்தபடி பலமுறை கேட்டான்.

'அம்மா எதுக்காக அழறீங்க?'

அழகான என் காதலன் ஒருமுறை மருத்துவமனைக்கு வந்தான். என் மகன் தூங்கிக்கொண்டிருந்தான். நன்றியை வெளிப்படுத்தும் விதமாக எதையாவது பேசக்கூட என்னால் இயலவில்லை. நிரம்பி வழியும் கண்களை அவன் முத்தமிட்டான்.

'ஆமி, நான் உன்னைக் காதலிக்கிறேன்' என்றான். நான் அவனது மார்பில் முகம் புதைத்துத் தேம்பியழுதேன்.

'எல்லாம் சரியாகி விடும்... பயப்படாதே. என் அன்பே,' அவன் முணுமுணுத்தான்.

அவன் என்னுடைய யாராக இருந்தான்? முருக்கம் பூக்கள் தீப்பற்றியெரியும் அந்தக் கோடையில், நந்தியாவட்டைப் பூக்களை

எனது கூந்தலில் சூட்டிய அந்த இளைஞன் என்னிடமிருந்து எதை எதிர்பார்க்கிறான்? சிலசமயம் உடலோடு உடலைச் சேர்த்து ஈர விழிகளுடன் நிற்கும்போது அவனிடம் கூறினேன்:

'என்ன வேண்டுமானாலும் செய்துகொள். நான் உன்னுடையவள்.'

ஆனால், அவன் தலையாட்டினான்: 'என் கண்ணில் நீ தெய்வம். உன் உடலும் எனக்குப் புனிதமானது. நான் அதை அவமதிக்க மாட்டேன்...'

நாங்கள் வெயில் நேரத்தில் இலக்கின்றி நடந்துகொண் டிருக்கும்போது சூரியன் அந்தச் சாம்பல்நிறக் கண்களை ஒளிரச்செய்தது. நாங்கள் நிம்மதியாக ஓய்வெடுக்க ஓரிடம் இருக்கவில்லை. இருப்பினும் அந்த வெயிலில் கைகோத்து நடந்த நாங்கள் தேவலோகவாசிகள் ஆனோம். மனித உலகிற்கு வழிதவறி வந்த தெய்வங்கள்.

17

வெள்ளித்தட்டு

நாங்கள் வசித்துவந்த சிறிய வீட்டில் பின்புறம் அமைந்திருந்த ஆறடுக்குக் கட்டடத்திற்கு 'தனாஸ்த்ரா' என்று பெயர். விரிசலடைந்திருந்த சுவர்களைக் கொண்ட அந்தப் பழைய கட்டடத்தில் யாரும் வசிக்கவில்லை. சூரியவெளிச்சம் பட்டு வெளிறிய அதனுடைய சாத்தப்பட்ட ஜன்னல் கதவுகளைப் பார்க்கும்போதெல்லாம் புரையேறிய கண்கள் நினைவுக்கு வந்தன. ஜன்னல்படியின் மீது அங்குமிங்குமாக உலாவியும் சிறகடித்தும் கோயில்புறாக்கள் குறுகிக்கொண்டிருந்தன. மதியத்தின் அமைதியில் அவற்றின் அரற்றல் கேட்டுத் தூக்கத்திலிருந்து பலமுறை விழித்திருக்கிறேன். விடுமுறை நாட்களில் சரளைக்கற்கள்மீது நடந்து நானும் எனது குழந்தைகளும் அந்த வீட்டின் வாசற்கதவை அடைவோம். நுண்ணிய நரம்பைப்போல அமைந்திருந்த ஏணிப்படியில் தெற்குப்பக்கமாகவும் வடக்குப்பக்கமாகவும் நூற்றி இருபது படிக்கட்டுகள் இருந்தன. அவ்வப்போது நாங்கள் அந்தப் படிக்கட்டுகளில் ஏறி, சாத்தப்பட்ட கதவுகளைத் தள்ளித் திறப்போம். நாங்கள் குருட்டுக்கண்களில் இருட்டைப் பார்த்தோம், இருட்டு எங்களைப் பார்த்தது. ஆவிகளும் பூதங்களும் வெளியில் வர அஞ்சும் நல்ல முகூர்த்தங்களில் படிக்கட்டுகளில் அமர்ந்து கதைகளைச் சொன்னோம். தனாஸ்த்ரா ஒரு பேய்வீடு என்றும் சாதாரண மனிதக் கண்களுக்குப் புலப்படாத அவர்கள் இரவுவேளைகளில் அந்த அறைகளில் விருந்துண்டு நடனமாடுவார்கள் என்றும் குழந்தைகளிடம் சொல்லியிருந்தேன். நான் நெய்தெடுக்கும் கற்பனைகளில் குழந்தைகள்

மட்டுமல்ல, நானும்கூட அகப்பட்டுக் கொள்வதுண்டு. பல இரவுகளில் ஜன்னல்படியைத் தட்டும்போது அந்த இருண்ட கட்டடத்திற்குள்ளிருந்து பாட்டுச்சத்தம் ஒலிப்பதாக எனக்குத் தோன்றும். சாகசங்களுக்காகத் துடிக்கும் வேளைகளில் அந்த ஆறடுக்குக் கட்டடம் தன்பால் என்னைக் கவர்ந்திழுத்தது. ஒருமுறை படிக்கட்டில் ஏறி மூன்றாவது தளத்தை அடைந்தபோது உள்ளறையிலிருந்து ஒலித்த ஆண்குரலைக் கேட்டுத் திடுக்கிட்டேன். பின்னர் கடூரமான உரையாடல் முறையும் கிராமிய மொழியும் என்னை அச்சுறுத்தின. என் கால்கள் முன்னோக்கி நகர்ந்தன. பயத்தால் தாக்கப்பட்ட இதயம் நெஞ்சுக்குள் பறவையைப்போல சிறகடிக்கும்போது, சாகசமிக்க ஆபத்தான இடங்களுக்குச் செல்ல இனம்புரியாத ஓர் ஆவேசம் எனக்குள் எழும். கரிய இரும்பு மற்றும் செம்புக்குடங்களையும் குழாய்களையும் நிறுவி ஓர் அறையைச் சமையல்கூடமாக மாற்றியிருந்தார்கள் சிலர். அவர்கள் எதையோ சமைப்பதில் மும்முரமாக இருந்தார்கள். ஆனால், தங்கப்பல்லைக் கொண்ட ஒருவன் பேச்சை நிறுத்தி என்னைக் கவனித்தான். நான் தலையைத் திருப்பிப் படிக்கட்டுகளில் இறங்கினேன். அந்தக் கட்டடத்தில் சாராயம் காய்ச்சுவதாக எனது பால்காரன் பிற்பாடு சொன்னான். குழந்தைகளை ஒருபோதும் அவ்விடத்திற்கு அனுப்ப வேண்டாம் என்றான்.

என்னுடன் என் கையைக் கோத்து நடக்கும் காதலன் அச்சமயத்தில் ஓர் அசட்டுத்தனமான காதல் கடிதத்தை எனக்குத் தபாலில் அனுப்பினான். எனக்கு உன்மீதிருக்கும் அன்பு எத்தனை என்பதை அறிய வேண்டுமானால் வானத்து நட்சத்திரங்களை எண்ணிப் பார் என்று அக்கடிதம் தொடங்கப்பட்டிருந்தது. அது முதலில் தாஸட்டனின் கையில் வந்து சேர்ந்தது. அதை வாசித்த அவர் என்னை அழைத்து இதொரு கோமாளித்தனமான கடிதம் என்றார். ‘உனக்கு அறிவு இருப்பதாக நம்பிக்கொண்டிருந்தேன். இத்தகைய முட்டாளுடன் நீ காதலுறவைப் பேணுவாய் என்று கனவில்கூட நினைக்கவில்லை . . .’ அதைச் சொல்லும்போது தாஸேட்டன் மூக்குக்கண்ணாடியைக் கழற்றி மேசையின்மீது வைத்து இடதுகையால் புருவங்களின் நடுப்பகுதியைத் தேய்த்துக் கொண்டிருந்தார். எனது முகபாவனை கண்ணில்படக் கூடாது என்பதற்காகவே மூக்குக்கண்ணாடியைக் கழற்றினார். அந்தச் சிறிய கருணை வெளிப்பாட்டுக்காக மனத்திற்குள் நன்றி கூறினேன்.

‘ஆமிக்கு இங்கே அதிருப்தி தோணறதுக்கான காரணம் என்ன?’ அவர் கேட்டார்.

சுடர்விட்ட அந்தக் கேள்வியின் பின்னணியில், இருட்டின் அம்புகளைப் போல அமைதியான சில கேள்விகளும் என்மீது வந்து

விழுந்தன. நான் இரண்டு வேளையும் உணவு தருவதில்லையா, வெட்கத்தை மறைக்க ஆடைகளைத் தருவதில்லையா, எல்லா இரவும் உனக்குத் தேவைப்பட்டாலும் இல்லாவிட்டாலும் குடும்பத்தலைவனின் சகல பாலியல் கடமைகளையும் சிறப்பாக நிறைவேற்றுவதில்லையா? இனியும் ஒரு பெண்ணுக்கு என்ன வேண்டும்?

எனது காதலன் கோழையாக இருந்தான். அல்லது எனக்காகத் தைரியத்தை வெளிப்படுத்துவதற்கான தேவையை அவன் பெற்றிருக்கவில்லை. விஷயம் தெரிந்ததும் எனது தலையைத்தொட்டு மகிழ்ச்சியாக இரு என ஆசி வழங்கிவிட்டு அவன் பயணமானான். அவனது காதலின் மக்கிப்போன தன்மை என்னை வேதனைப்படுத்தியது. நான் அன்று காதல் ததும்பி வழியும் நிறைகுடமாக இருந்தேன். ஆகவே, அவ்வேளையில் அவனது ஆசியையும் திரும்பிச் செல்வதையும் கோழைத்தனத்தின் வெளிப்பாடாகவே கருதினேன். வாஸ்தவத்தில் எது உண்மை? எனது கைவசம் அள்ளிக்கொடுப்பதற்கான அன்பு இருந்தது என்கிற உண்மையை மாத்திரமே பரிசீலிக்க வேண்டியிருக்கிறது. பிச்சைப்பொருள் பிச்சைப்பாத்திரத்தைத் தேடுவதைப்போல எனது அன்பு அதனை அனுபவிப்பதற்காக, அதனைத் தழுவி ஏற்றுக்கொள்ளும் ஒரு மனித உடலைத் தேடிக்கொண்டிருந்தது. வழிபடும் வேளையில் எந்தவொரு கல்லும் தெய்வச்சிலையாக மாறிவிடும். எனது கனவுத்தேக்கங்களில் அவ்வப்போது தென்படும் நீலத்தாமரையைப் போல, ஓர் அறிமுகமான முகத்தை எப்போதும் தேடிக்கொண்டிருக்கிறேன். உடல் அழிந்த ஒருவனைப் பற்றி மென்மேலும் படித்துப் புரிந்துகொள்வதற்காக அடுத்த உடல்களை நெருங்கினேன். எனக்கு வழிதவறிப் போனது. ஆனால், லட்சிய இடத்தின் முகவரியை நான் ஒருபோதும் மறந்தது கிடையாது.

மே மாதத்தில் ஒரு மத்தியான வேளையில் எனது பேனா நண்பரான இத்தாலிக்காரர் கார்லோ கடலை நோக்கியிருக்கும் வாசற்கதவைத் தள்ளித்திறந்து சரளைக்கற்கள்மீது நடக்காமல் புல்தரையை மிதித்துக்கொண்டு எனது வாசலுக்கு வந்தார். திறந்துகிடக்கும் கதவின் ஊடாக அந்தக் கம்பீரமான நடையைக் கவனித்தேன். வெயிலில் நடந்து வந்தபோதிலும் அந்த முகம் சற்றும் சிவந்திருக்கவில்லை. அகன்ற காலரைக் கொண்ட நீலச்சட்டையும் வெண்ணிற சில்க் சூட்டும் அணிந்திருந்தார். சிந்தனைகளைத் தேக்கி வைத்திருக்கும் பாதிநிலவின் வடிவிலான நெற்றி, பழுப்புநிறக் கண்கள். அவர் வாசலில் வந்து நின்றபோது சூரியன் பின்புறமாக இருந்த காரணத்தால் அவரது உருவம் ஒரு கருங்கல் சிலையைப்போல இருண்டிருந்தது.

அவர் எனது முகத்தை உற்று நோக்கி என்னை முத்தமிட்டார். தூக்கத்திலிருந்து விழித்தெழுந்த வேலைக்காரி அந்தக் காட்சியைக் கண்டு மலைத்துப் போனாள்.

கார்லோ தனது அப்பாவின் நண்பரான ஒரு தொழிலதிபரின் வீட்டில் முதலில் தங்கினார். பிறகு தங்குமிடத்தை விடுதிக்கு மாற்றினார். அவர் இந்து மதத்தைக் குறித்துப் படிக்க விரும்பினார். ஆகவே ஒரு பிராமண குரு மூலமாகச் சமஸ்கிருதத்தைக் கற்கத் தொடங்கினார். அவரது தந்தை ஒரு கோடீஸ்வரர். விரும்பிய அனைத்தும் கிடைக்கப்பெற்று வளர்ந்து வந்தமையால் கார்லோவின் குணத்தில் அதிகமான இனிமை இருந்தது. கசப்பு கலந்த முகபாவனைகளோ வார்த்தைகளோ அவரிடமிருந்து நான் எதிர்கொண்டது கிடையாது.

சிறிய மகன் மதியம் பள்ளிக்கூடத்திலிருந்து திரும்பியதும் அவனுக்கு உணவைக் கொடுத்துத் தூங்கவைத்த பிறகே என்னால் வீட்டைவிட்டு வெளியில் வர இயலும். அதுவரை மதியஉணவை உண்ணாமல் விடுதியின் வரவேற்பறையில் எனக்காகக் கார்லோ அமர்ந்திருப்பார். காலைநேரம் முழுவதும் நீரில் நீந்தி விளையாடியபோதிலும் கார்லோவின் முகத்தில் காணப்பட்ட சிவந்த தோற்றம் அகலவில்லை. நிலவின் மாமிசத்தைப் போல குளிர்ச்சியுடையது அவரது உடல் என்று பலமுறை எனக்குத் தோன்றியதுண்டு.

கத்தியையும் முள்ளையும் பயன்படுத்தி உணவு உண்பதற்குக் கார்லோ எனக்குக் கற்றுத்தந்தார். முள்ளின் முனையை மேல்பக்கமாகப் பிடித்துச் சாப்பிட வேண்டுமென்று கான்வென்டில் படிக்கும்போது ஒரு கன்னிகாஸ்திரீ கற்றுத் தந்திருந்தாள். அந்தத் தவறான பாடங்களை எனது மனத்திலிருந்து அழிக்க கார்லோ முயற்சித்தார். முதல்தடவை ஏமாற்றத்துடன் உள்ளங்கையால் முகத்தைத் தாங்கி அழுதேன். கார்லோ பாசத்துடன் என்னை அணைத்தார். அன்று முதல் உணவை அறைக்கு வரவழைத்துச் சாப்பிட்டோம். உணவுமேசை முறைகள் ஒவ்வொன்றாக எனக்குக் கற்றுத் தந்தார்.

கார்லோவிடம் செலவழித்த மணிநேரங்களில் நான் கமலாவாக இருக்கவில்லை. நான் வேறொருத்தியாக மாறினேன். எனது பிறப்பின் வேறோர் இதழாக மிதந்து வந்தது அந்த வாழ்க்கை. நான் பதற்றம் அடையாமல் இருப்பதற்காக என்னைச் 'சீதா' என்று அழைக்கத் தொடங்கினார். கார்லோவின் உறவினர்கள் என்னை அவருக்காக நிச்சயம் செய்யப்பட்ட மணப்பெண்ணென்று கருதினார்கள். எனக்குக் கணவனும் இரண்டு குழந்தைகளும் இருக்கிறார்கள் என்கிற உண்மையை மறைத்தார்.

எனது உடலுக்கு மிதமிஞ்சிய சுதந்திரத்தை அனுமதித்து விட்டு ரகசியமான முறையில் என் கணவர் என் ஆத்மாவைச் சிறைப்படுத்தினார். கார்லோவுடன் நடக்கும்போது அவரை நினைத்துக்கொண்டிருந்தேன்... எனது உரையாடல் சட்டென்று முறியும்போதும், எனது முகம் வாடத் தொடங்கும்போதும் கார்லோ கேட்பார். என்ன ஆயிற்று, உன் மனத்தை எது அலட்டுகிறது... முன்பொருமுறை பெண்ணான ராதையை விட்டுக் கிருஷ்ணன் மதுராவுக்குப் போனான். அவன் வார்த்தையைக் காப்பாற்றவில்லை. அவளைப் பார்க்கத் திரும்பி வரவில்லை. கைவிடப்பட்ட ராதையின் ஆத்மாவே ஒவ்வொரு பெண்ணிடமும் குடிகொண்டுள்ளது. மதுராவில் மகுடம் தரித்து ஆட்சி செலுத்தும் அரசனைத் தேடுவதுதான் அவளது வாழ்க்கை. அவனிடம் தனது நினைவை உயிர்ப்பிக்க அவள் முயன்று கொண்டேயிருப்பாள்.

வேறோர் ஆணின் விரல் அடையாளங்கள் பதிந்த கைகளுடன் வீட்டுக்குத் திரும்பி வரும்போது தாஸேட்டன் என்னை மூர்க்கமாகக் கட்டியணைப்பார்.

எனது வாழ்க்கை இரண்டாகப் பிளந்தது. ஒன்றை மட்டும் ஏற்றுக்கொண்டு அடுத்ததைக் கைவிட எனக்குத் தைரியம் வரவில்லை. தாஸேட்டன் காலடிகளைத் தாங்குவதற்கான நிலமாக இருந்தார். கார்லோ தலைக்கு நிழல் தரும் மரமாக இருந்தார்.

கடற்கரையோரத்தில் ஒரு வீட்டை வாடகைக்கு எடுத்து கார்லோ இந்தியாவில் தங்கினார். ஒரு கறுப்பு நிறக் காரையும் வாங்கினார். பொறுப்பான குடும்பத்தலைவனைப்போல நடந்துகொள்ளத் தொடங்கினார். ஸ்ட்ராண்ட் புக் ஸ்டால் என்ற பெயரைக் கொண்ட ஒரு புத்தகக்கடை எனது வீட்டின் அருகில் இருந்தது. அதிலிருந்து நாங்கள் எண்ணற்ற புத்தகங்களைத் தேர்ந்தெடுத்தோம். குறிப்பாகப் புத்தகங்களைத் தவிர அந்த வீட்டில் எதுவும் இருக்கவில்லை. ஒரு கட்டிலும் கட்டிலைப் பிரதிபலிக்கும் ஒரு நிலைக்கண்ணாடியும் படுக்கையறையில் இருந்தன. எனது ஆத்மா எனது கணவரின் காலடிகளை முகர்ந்தபடி பதுங்கும் ஓர் அனாதை நாய்க்குட்டியாக இல்லாதிருந்தால் அந்தக் கோடைகாலத்தில் கார்லோ என்கிற இளைஞனுக்கு அந்தக் கண்ணாடியில் பிரதிபலிக்கும் எனது உடலை, உருண்டு சிவந்த பழத்தை வெள்ளித்தட்டில் வைத்து அளிப்பதைப் போல என்றென்றைக்குமாகக் காட்சிக்கு வைத்திருப்பேன்.

18

பஞ்சகினி என்கிற கோடைவாசஸ்தலம்

ஒரு ஞாயிற்றுக்கிழமை. தாஸேட்டனின் மேலதிகாரியின் குடும்பமும் எங்கள் குடும்பமும் சேர்ந்து ஜுஹு கடற்கரைக்குப் போனோம். புறப்படும்போது குளிக்கும் திட்டம் இருக்கவில்லை. எனவே நீச்சல் உடையை யாரும் எடுத்து வரவில்லை. எங்கள் உறவினரான தேவேசேட்டன் வசித்து வந்த நாயர்வாடி என்கிற இடம் கடலிலிருந்து ஒரு ஃபர்லாங் தொலைவில் இருந்தது. அங்குச் சென்று காலைச் சிற்றுண்டியை முடித்துவிட்டு சற்று ஓய்வெடுத்ததும் கடற்கரை நோக்கி நடந்தோம். வெயிலில் தென்னை மரங்களுக்கு நடுவில் நடந்துகொண்டிருக்கும்போது தாஸேட்டனின் மேலதிகாரியின் இளையமகள் மாலதி உரக்கச் சொல்லிக்கொண்டிருந்தாள்: 'எனக்கு சிறுநீர் கழிக்க வேண்டும். எனக்கு இப்போதே சிறுநீர் கழிக்க வேண்டும்.'

வெயில்பட்டுக் கடல் சூடேறிக் கொண்டிருந்தது. தேவேசேட்டனையும் என்னையும் தவிர வேறு யாருக்கும் நீச்சல் தெரியாது. ஆகவே, நாங்கள் மட்டும் நீரில் இறங்கினோம். தேவேசேட்டன் எனது மூத்த மகனுக்கு ஆழமில்லாத நீரில் நீந்தக் கற்றுக்கொடுத்தார். நான் கடலலைகளைக் கடந்து சலனமில்லாத நீரில் மல்லாந்து படுத்தபடி நீந்தினேன். கடலில் விழுந்து இறந்தவர்களின் உடல்கள் வெளிறியும் உப்பியும்

மிதந்து வருவதுண்டு. ஆனால், அவர்களின் ஆத்மாக்கள் பறவைகளைப் போல கடலின் உள்ளறைகளில் இருந்தவாறு பாடத் தொடங்கும். மல்லாந்து நீந்தும்போது கடலினடியிலிருந்து இந்தப்பாடலைத் தெளிவில்லாமல் கேட்கலாம். கடலை அச்சுறுத்தக்கூடாது என்கிற ஒரு செய்தி இந்தப் பாடலின் வழியாக நீந்துபவர்களையும் கப்பலைச் செலுத்துபவர்களையும் எட்டுகிறது. அத்துடன் நீந்திக் கொண்டிருப்பவர்களின் புஜங்கள் களைப்படைகின்றன. அவர்களின் ரத்தம் உறங்கிவிடுகிறது. கப்பல்கள் இலக்கைத் தவறவிட்டுப் பாயத் தொடங்குகின்றன. மாலுமிகள் எதுவுமறியாமல் குடிகாரர்களின் ஆழ்ந்த உறக்கத்தில் நிலைகுலைந்து கிடக்கிறார்கள்.

ஜுஹு கடற்கரையிலிருந்து திரும்பியதும் எனது மூத்தமகனுக்கு ஜுரம் இருந்தது. அந்த இரவில் அவன் தொடர்ந்து இருமிக்கொண்டிருந்தான். ஒருவாரத்திற்குள் அது ப்ளூரஸியாக மாறியது. அவனுக்கு நெஞ்சுவலியும் மூச்சுத்திணறலும் ஏற்பட்டன. அன்றிரவு அவனுக்கு ஆக்ஸிஜன் தேவைப்பட்டபோது விரைந்து மருத்துவமனைக்கு எடுத்துப் போனோம். அங்கிருந்து ஓர் ஆக்ஸிஜன் சிலிண்டருடன் வீட்டுக்கு வந்தோம். அன்று முதல் எங்கள் அன்றாடப் பணியில் குறிப்பிடத்தக்க மாற்றம் நிகழ்ந்தது. பலாப்பழத்தின் பசையைப் போன்ற தொட்டால் ஒட்டும் சளியைக் குழந்தை அடிக்கடி துப்பிக்கொண்டிருந்தான். அதை ஒற்றியெடுக்கும் துணிகளைத் துவைத்துச் சுத்தப்படுத்துவதும், அவனுக்கான சூப்புகளைத் தயாரித்துக் குடிக்கவைப்பதும், அவனுக்கு மூச்சுத்திணறும்போது ஆக்ஸிஜன் டியூப்களை மூக்கில் திணிப்பதுமாக எனக்கு ஓயாத வேலைகள் இருந்தன. எங்கள் வீட்டின் பக்கத்திலிருந்த கொலாபா புக் ஸ்டோரிலிருந்து அவன் படிப்பதற்காகத் தினமும் இரண்டோ மூன்றோ படக்கதைப் புத்தகங்களை வாங்கினேன். மூச்சுத்திணறும் வேளையிலும் அவனது கண்கள் புத்தகத்திலேயே நிலைத்திருந்தன. வழக்கம் போல நோயாளிகளுக்கு வந்துசேரும் பேதைமையை ஒருபோதும் அவனிடம் கண்டதில்லை. ஆனால், எனது நடை தளர்ந்தது. எனது சலனங்கள் உறக்கத்தைக் கலந்து பிசைந்ததைப் போல ஆனது. இரவில் உறங்கிவிடக் கூடாது என்பதற்காக அடிக்கடி காப்பி குடித்துக்கொண்டிருந்தேன். நான் தூங்கும் வேளையில் அவனுக்கு மூச்சுத்திணறல் ஏற்பட்டுவிடும் என்கிற நினைப்பு என்னைத் தொடர்ந்து நிம்மதியிழக்க வைத்தது.

எனது வெளிநாட்டு நண்பர் ஒரு முற்பிறவியின் உருவத்தைப் போல மறைந்துபோனார். ஒருமுறை அவர் என்னைச் சந்திப்பதற்காக வந்தபோது குளியலறை வாஷ்பேஸின் எதிரில் நின்றபடி குழந்தை வாந்தியெடுத்து அழுக்காக்கிய ஒரு துணியைத்

துவைத்துச் சுத்தப்படுத்திக்கொண்டிருந்தேன். நீ இனிமேல் ஒருபோதும் என்னருகில் வரமாட்டாயா என்று அவர் கேட்டதாக எனக்குத் தோன்றியது. ஆனால், குளியலறை வாசற்படியில் நின்றிருந்த கார்லோவின் உதடுகள் அசையவே இல்லை. புறங்கையால் எனது கண்ணீரைத் துடைத்தபடி துவைத்துக் கொண்டிருந்தேன். என்னால் எதையும் பேச இயலவில்லை.

குழந்தையின் உடல்நிலை தேறியதும் கார்லோவிடம் வேறு பெண்ணைத் திருமணம் செய்துகொள்ளுமாறு வலியுறுத்தினேன். எனது தங்கை கிடைத்தால் திருமணம் செய்துகொள்வதாகக் கூறினார். ஆனால், இந்த விஷயம் எனக்குச் சாத்தியமற்றதாகத் தோன்றியது. என் தங்கை பள்ளி மாணவியாக இருந்தாள்.

கார்லோவைப் போன்ற செல்வந்தனின் உலகத்தில் ஒரு சுற்றுப்பயணத்தை மேற்கொள்ள மட்டுமே உத்தேசித்திருந்தேன். ஒருமுறையேனும் அவரிடம் 'நான் உங்களை நேசிக்கிறேன்' என்று சொன்னதில்லை. வாழ்க்கை அலுத்துப் போனபோது ஒரு கனவுலகத்திற்குச் சென்று சற்று ஓய்வெடுப்பதைப் போன்றது அவர் அருகில் செல்வதற்கான பயணம். இருப்பினும் ஒரு செப்டம்பர் மாதத்தில் மழை தூறும் மத்தியானப்பொழுதில் என்னுடன் நடந்தவாறு நான் செய்த குற்றங்களை ஒவ்வொன்றாகக் கணக்கிட்டுச் சொல்லிக்கொண்டிருந்தார். நாலப்பாட்டு வீட்டுக்கு ஏன் என்னை அழைத்துப் போகவில்லை?

நீர்மாதுளைப் பூக்களை ஏன் எனக்குக் காட்டித் தரவில்லை?

தாஸேட்டனைக் கைவிடச் சாத்தியமில்லை என்பது உறுதியானபோதிலும் ஏன் என்னுடன் இத்தனை மணிநேரங்கள் செலவழித்தாய்? அநீதி, முழுவதும் அநீதி என்றார் கார்லோ. அவரது முடியிழைகளின் ஊடாகக் குளிர்ந்த மேற்கத்தியக் காற்று சீறிப் பாய்ந்தது. மழையில் நனைந்து நடுங்கிக்கொண்டிருந்தேன். நான் அவருடன் நடக்கக் கிளம்பியபோது மழைக்கான அறிகுறி எதுவும் வானத்தில் தென்படவில்லை.

'எனக்கு நிச்சயம் ஜுரம் ஏற்படும், இந்த மழையில் நடக்கறதாலே' என்றேன்.

'உனக்கு ஜுரம் வரவேண்டும். ஜுரம் பாதித்து நீ சாக வேண்டும்' என்றார் கார்லோ.

அந்த வருடம் நவம்பர் மாதம் தாஸேட்டன் எங்களை ஒருமாதம் விடுமுறையைக் கழிப்பதற்காகப் பஞ்சகினிக்கு அழைத்துப் போனார். மலைச்சரிவில் அமைந்திருந்த பிராஸ்பெக்ட் ஹோட்டலில் தங்கினோம். விடுதியின் எதிர்ப்புற

வாசலில் பிரம்பு நாற்காலியில் அமர்ந்து பள்ளத்தாக்குகளிலிருந்து எழும் மாட்டுவண்டிகளின் ஓசையையும் குழந்தைகளின் கலீர் சிரிப்பையும் கேட்டேன். நெடிய பிர்ச் மரங்கள் ஆங்காங்கே வளர்ந்திருந்தன. இடதுபக்கத்தில், புதர்க்காடுகள் காணப்பட்டன. காய்ந்த மரக்கிளைகளையும் சருகுகளையும் மிதித்தபடி இலக்கில்லாமல் நடந்தேன். பெயர்தெரியாத பல காட்டுப்பூக்கள் அங்கு வளர்ந்திருந்தன. அவற்றைத் தண்டுடன் பறித்தெடுத்து வந்து இருண்ட அலமாரியில் தலைகீழாகத் தொங்கப் போட்டேன். ஒருமாதம் கழித்து அங்கிருந்து கிளம்பும் போதும் அந்தப் பூக்களின் அடர்நிறங்கள் மங்கவில்லை.

அந்த விடுதியின் சுவர்கள் எப்போதும் ஈரமாகக் காணப்பட்டன. சுவரின்மீதும் திண்ணையின்மீதும் ஓடில்லாத ஒருவகை நத்தைகள் ஒட்டிக்கொண்டிருந்தன. அவற்றைப் பார்த்த பிறகு அங்கு தயாரிக்கப்பட்ட சூப்பை நான் அருந்தவேயில்லை.

எனது இரண்டு பிள்ளைகளும் சிவப்புநிற கம்பளிச் சட்டைகளை அணிந்து தாஸேட்டனுடன் வெளியில் கிளம்பும்போது, நான் விடுதிக்குச் செல்லும் சரிவில் அமர்வேன். எனது மூத்தபையன் குதிரைமீது ஏறிச் சந்தைப்பகுதிகளில் சஞ்சரிப்பான். அத்தகைய சவாரிக்கு அன்று நாலணா கட்டணம்.

விடுதியில் தனித்திருக்கும்போது பின்பக்க அறையில் வசித்தவனும் கிறுக்கனுமான பார்சி இளைஞன் என்னருகில் வருவான். 'என் நகத்தை வெட்டித் தர வேண்டும்' என்பான். அவனது அழுக்கடைந்த நகங்களைக் கத்தரிக்கோலால் வெட்டிச் சுத்தப்படுத்திக் கொடுப்பேன். அதைப் பற்றித் தாஸேட்டனிடம் தெரியப்படுத்தியபோது கோபப்பட்டார். எல்லோரிடமும் நெருங்கிப் பழகும் இந்த இயல்பின் காரணமாக ஒருநாள் ஆபத்தில் மாட்டிக்கொள்ளப் போவதாக தாஸேட்டன் கூறினார்.

வேறொரு அறையில் தொண்ணூறு வயதைத் தாண்டிய ஒரு முதியவர் தங்கியிருந்தார். அவரது பெயரையும் வாழ்க்கை வரலாற்றுக் குறிப்பையும் காகிதத்தில் எழுதிச் சட்டத்தில் போட்டு யாரோ தொங்க விட்டிருந்தார்கள். அவரது நினைவாற்றல் முற்றிலும் அழிந்து போய்விட்ட காரணத்தால் இவையெல்லாம் தேவையாக இருந்தன. நான் அடிக்கடி அவரது அருகில் போய் அமர்வேன். உலர்ந்து சுருக்கம் விழுந்த முகத்தில் இரண்டு கரிய பிளவுகளைப் போன்றிருந்தன அவரது கண்கள். ஆனால், என்னைப் பார்த்துக்கொண்டிருக்கும்போது அவை உயிர் பெறுமென்று எனக்குத் தோன்றியது. ஒருநாள் அவரது கையை விரித்து அதில் ஒரு சாக்லெட்டை வைத்தேன். அது அவரது சிவந்த முஷ்டிக்குள் சிக்கி நொறுங்கியது. அதைத் தின்ன

அவர் முற்படவில்லை. அவருக்குப் பணிவிடை செய்து வந்த நேபாளக்காரன் அதைப் பார்த்து உரக்கச் சிரித்தான்.

மாலைவேளையில் வானம் சிவக்கும்போது எனது பிள்ளைகள் கதை கேட்பதற்காக என்னருகில் ஓடி வருவார்கள். குதிரைகள் மற்றும் காகங்களின் பல கதைகளை நான் புனைந்து சொல்வேன். 'மனுஷங்க பத்தின கதைகள் வேண்டாம்' என்று மூத்தமகன் கூறினான்: 'மனுஷங்க பத்தின கதைகளை நான் கேட்கவே வேண்டாம்.'

விடியற்காலையில் பனி மேலெழும்போது வியாபாரிகள் பலர் விடுதி வாசலுக்கு வருவார்கள். சாலோன்கெ என்கிற செருப்பு தைப்பவன் சாம்பா என்கிற விலங்கின் மஞ்சள்தோலால் குழந்தைகளுக்கான காலணிகளைத் தைத்துத் தந்தான். அகன்ற கூடைகளில் ராஸ்பெரிப்பழங்களை இலைகளுக்கிடையில் பத்திரப்படுத்திக்கொண்டு பெண்களும் வருவார்கள். பேரம்பேசாமல் கொடுக்கும் நாணயங்களைப் பெற்றுக்கொண்டு அவர்கள் திரும்பிச் செல்வார்கள். பள்ளத்தாக்குகளில் இறங்கிச் செல்லும்போது மலைச்சரிவுகளில் வளர்ந்திருக்கும் முட்செடிகளையும் அவற்றின் சிவப்புப் பழங்களையும் காணலாம். நான் தனிமையில் நடக்கவே விரும்புகிறேன். ஒவ்வொரு எழிலார்ந்த காட்சிகளின் எதிரிலும் என் நடை நிலைத்துவிடும். பார்த்தும் கேட்டும் முன்செல்லும் எனது நடைப்பயணத்தில் பங்கேற்பதற்கான பொறுமை தாஸேட்டனுக்கு இல்லை. ஆனால் நாங்கள் இருவரும் சேர்ந்து சந்தைப்பகுதிகளில் நடந்தோம். கைப்பிடியில் நாயின் முகத்தோற்றத்தைக் கொண்ட இரண்டு கைத்தடிகளை வாங்கினோம். என் அப்பாவுக்குப் பரிசளிப்பதற்காக சாலோன்கெ இரண்டு காலணிகளைத் தயாரித்துத் தந்தான். கோழிக்கோட்டிலிருந்து பலருடைய ஆர்டர்கள் கிடைக்குமென்று எதிர்பார்த்தான். ஆகவே கோடிட்ட காகிதத்தில் தனது முகவரியைத் தெளிவாக எழுதித் தந்தான். சிறிதுகாலம் அந்தக் காகிதம் எங்களுடைய ஷூ பாலிஷ் வைக்கும் கார்ட் போர்ட் பெட்டியில் கிடந்தது. ஒருநாள் ஏதோ யட்சி வந்து அந்தக் காகிதத்தைத் திருடிச் சென்றாள்!

பஞ்சகினியிலிருந்து நாங்கள் நேராக ஊருக்குப் போனோம். குளிரும் குளிர்காலத்தின் வெயிலும் பட்டு எங்கள் முகங்களும் கைகால்களும் அடர்ந்த பழுப்பு நிறத்தைப் பெற்றிருந்தன. கன்னங்கள் சொரசொரப்பாகி இருந்தன. ஆனால், கண்களால் நாங்கள் பார்த்த பொன்னிற அஸ்தமனங்கள் ஒளிர்வுடன் அழியாமல் கிடந்தன. 'நீங்கள் அனைவரும் சிறந்த ஆரோக்கியத்துடன் இருக்கிறீர்கள்'. என் அப்பா சிரித்துக்

என் கதை

கொண்டே கூறினார். எனது அம்மா மெல்லக் குனிந்து எனது இரண்டாவது மகனைப் பாசத்துடன் அணைத்தாள்.

ஊரில் அம்மாவும் அப்பாவும் வசித்துவந்த சர்வோதயா என்னும் வீட்டைச் சுற்றிலும் அப்பா பலவிதமான பூக்களை நட்டு வளர்த்திருந்தார். போகன்வில்லாவால் ஒரு வாசல் முகப்பையும் உருவாக்கியிருந்தார். எனது அப்பா தனது ஆத்மா முழுவதையும் அர்ப்பணித்துச் செய்யும் ஒரேயொரு பணி தோட்டவேலையாகும். இந்திரஜாலத்தைப் போல மண்ணில் உருவான பூக்களின் மெல்லுடலை வருடியபடி சிறியதொரு வியப்புற்ற முகபாவத்துடன் அப்பா தோட்டத்தில் நிற்பதைப் படுக்கையறையிலிருந்து பார்த்துக்கொண்டிருப்பேன்.

19

அழகு என்கிற பருவகாலம்

அழகு என்பது மிகக் குறுகிய ஒரு பருவ காலமாகும். எங்கள் குடும்ப நண்பரும் அறிவு ஜீவியுமான ராம் தேஷ்முக் எங்களுக்கொரு கதையைக் கூறினார். அவர் வழக்கம்போல பல்கலைக்கழகத் தோட்டத்தில் நடந்து செல்வதுண்டு. ஒருநாள் அங்கு சென்றபோது முந்தைய நாளில் எந்த முன்னறிவிப்பும் தராத மரமொன்று திடுமெனப் பூத்து நிற்பதைக் கண்டார். ஒவ்வொரு கிளையிலும் பெரிய பூங்கொத்துகள். ஒவ்வொரு பூங்கொத்துகளிலும் ரீங்கரிக்கும் வண்டுகள். தூரத்துக் கிராமத் திருவிழாவின் ஆரவார ஒலியைப் போல தேஷ்முக் அந்த ரீங்காரத்தை உணர்ந்தார். திருமணவிழா அல்லது வண்ணமயமான கோயில் திருவிழாவைப் போலக் காட்சியளித்தது. அவர் கண்ணிமைக்காமல் அந்தக் காட்சியைப் பார்த்துக்கொண்டிருந்தார். மறுநாள் காலையில் அந்த அழகான காட்சியைக் காட்டுவதற்காக இரண்டு நண்பர்களையும் தன்னுடன் அந்தத் தோட்டத்திற்கு அழைத்துப் போனார். எங்கும் அமைதி. பூக்கள் உதிர்ந்து போயிருந்தன. மரணத்திற்குச் சாட்சியாக ஊமைமரம் மட்டும் எஞ்சியிருந்தது. எனது வாழ்க்கையில் இளமையும் அழகும் ஒன்றுகலந்த நாட்களைக் குறித்து எழுத முற்படும்போதெல்லாம் அந்த மரத்தை நினைத்துக் கொள்வேன். ஏனெனில், அந்தப் பருவம் மிகவும் குறுகிய காலம் மட்டுமே இருந்தது. சற்றும் களைப்படையாமல் வெயிலிலும் மழையிலும் நடந்தேன். பூக்களினுடையதும்

ஆணினுடையதுமான நறுமணத்தைச் சுமந்திருந்த உடல் அதற்கேயுரிய தனிப்பட்ட தாளத்தைக் கண்டடைந்தது. அர்த்தம் விளங்கச் சாத்தியமற்ற ஓர் உரத்த சிரிப்பு எனது சிரைகளினுடாக நீந்தி விளையாடியது.

இரவில் உறங்கத் தயாராகும்போது சீப்பை எடுத்துக் கூந்தலைக் கோதுவதுண்டு. கூந்தலிலிருந்து மின்பொறிகள் தெறிப்பதைக் கண்டு எனது கணவர் படுக்கையில் அமர்ந்து புன்னகைப்பார்.

அந்தக் காலம் சட்டென்று அகன்றுபோய்விட்டது. மஞ்சள் இலைகளைப் போல எனது இளமை உதிர்ந்து விழுவதை நிலைக்கண்ணாடியில் பார்த்துக்கொண்டிருந்தேன்.

சமீபத்தில் இதயநோயால் பாதிக்கப்பட்டுப் படுத்துக்கிடந்த மருத்துவமனையில் Intensive Cardiac Care Unit என்ற ஒரு பிரிவு இருந்தது. அங்கு கூரையில் தொங்கிக்கொண்டிருந்த விளக்குகள் மீன்கண்களைப் போன்றிருந்தன. அவற்றிற்கு இமைகள் கிடையா. அசைவும் இல்லை. பாலைவனச்சோலையில் கொஞ்சம் இளைப்பாறுவதற்காகத் தத்தமது வெள்ளைக்கூடாரங்களில் உறங்கும் பயணிகளைப் போல மறைக்கப்பட்ட வெள்ளைத் துணிகளுக்கிடையில் நோயாளிகள் உறங்கிக்கொண்டிருந்தார்கள். அங்கிருந்த கூரைவிளக்குகள் சுருக்கங்கள் விழுந்த முகங்களை மட்டும் காட்டுகின்றன. இரவும் பகலும் அவை எரிந்து கொண்டிருக்கின்றன. சுவர்களுக்கப்பால் சாலையில் போகும் மக்களுடன் பகல் மிதந்து வருவதையோ இரவு நெருங்கிவந்து ஜன்னலைத் தட்டுவதையோ அவை கவனிப்பதில்லை.

தூக்கமாத்திரைகள் தரப்பட்டிருந்தபோதிலும் நோயாளிகள் கண்களைத் திறந்து படுத்துக்கிடந்தார்கள். மரணபயத்தைப் பணியவைக்கும் ஆற்றல் அந்த மாத்திரைகளுக்கு இல்லை. ஆகவே முகமூடியணியாத கொலையாளிகளின் மழுவை எதிர்பார்த்து அந்த அப்பாவிகள் மல்லாந்து படுத்திருந்தார்கள். கழுத்திற்குக் கீழ் இருக்கும் உடல்பகுதிகள் உறங்கிக்கொண்டிருக்கின்றன.

சிலசமயம் நள்ளிரவு வேளையில் ஏதோவொரு நோயாளி கடும் மூச்சுத்திணறலுக்கு ஆளாகிறான். அவன் தன்னைத் தொட நெருங்கும் செவிலியைச் சீற்றத்துடன் கைகளால் விலக்குகிறான். அவனது உடல் வியர்வையால் நனைகிறது. அப்போது உறக்கத்தினுடையதும் கனவினுடையதும் ஆழத்திலிருந்து உயிர்த்தெழ வைத்த இதயநோய் நிபுணர் அங்கு வருகிறார். ஒவ்வொரு நோயாளியின் அருகிலும் அவனது இதயத்துடிப்பை அதிகரித்து ஒலிக்கச்செய்யும் ஒரு கடிகாரம் இருந்தது. அந்தத் துடிப்பைக் கவனித்தபடி கிடக்கும் நோயாளிகள்

மருத்துவரின் காலடியோசையைக் கேட்பார்கள். அந்த வெண் திரைச்சீலைகளில், ராட்சதநிழல் விரைந்து நகர்வதை அவர்கள் காண்பார்கள்.

நோயாளியின் அருகில் அமர்ந்திருக்கும்போது மருத்துவரின் சிவந்த கண்களையும் பருத்த தோள்களையும் முழங்கால்களையும் முகர்ந்து பார்த்து, ஓர் அனாதைப் பசுவைப் போல முகத்தைத் திருப்பி, உறக்கம் அவ்விடத்தைவிட்டு அகன்று செல்கிறது.

பெரும்பாலான நோயாளிகள் காலை நான்கு மணிக்குச் சற்று முன்பு இறந்து விடுவது வழக்கம். ஒரு மரணம் நிகழ்ந்தவுடன் வெளியில் நடைக்கூடத்தில் வண்டிச்சக்கரங்கள் உருளும் சத்தம் கேட்கும். தொலைபேசியை எடுக்கும்போது எழும் மணியோசையும் தாழ்ந்த குரலில் உரையாடுவதும் கேட்கும். ஏனெனில், பெரும்பாலான நோயாளிகளின் அருகில் உறவினர்கள் இருக்க மாட்டார்கள். தனித்துச் செல்ல வேண்டிய அப்பயணத்திற்கு ஆயத்தமாக நிற்பவர்களுக்கும் உறவினர்களுக்கும் இடையில் மானசீகமான ஒரு விரிசல் இயல்பாகவே வந்து சேர்கிறது. ஞாயிற்றுக்கிழமை மத்தியான வேளையில் வருகையாளர்கள் வந்து நிறையும்போது மருத்துவமனை வார்டுகள் எல்லாம் வண்ணமயமாகி விடுகின்றன. சிறுகுழந்தைகளை நோயாளிகளின் அருகில் எடுத்துச் சென்று அவர்களின் பெற்றோர்கள் ஒரு செயற்கையான உற்சாகத்துடன் சொல்வார்கள்:

'தீபாவளிக்கு வீட்டுக்கு வாங்கன்னு தாத்தாகிட்ட சொல்லுங்க குழந்தைகளா.'

குழந்தை வீட்டில் சொல்லக்கூடிய வேடிக்கைப் பேச்சுகள் அங்கு விவரிக்கப்படும். வெகு பாடுபட்டு ஒரு புன்னகையை நோயாளியின் முகத்தில் வரவழைப்பார்கள். சிலசமயம் ஓர் அந்நியனைப் போல அதையெல்லாம் பொருட்படுத்தாமல் நோயாளி கண்மூடிப் படுத்திருப்பார். மரணம் நெருங்கிவிட்டது என்கிற உணர்வைப் பெற்ற மனிதனின் தனிமை பாரமிக்கது. அதை உடைக்க எந்தப் பேரக்குழந்தையின் மழலையாலும் இயலாது.

நோய் சற்றுக் குணமடைந்த நோயாளிகளைப் பிற்பாடு சிறப்பு வார்டுகளுக்குக் கொண்டு செல்வார்கள். மாலைநேரத் தேநீருக்குப் பிறகு, சிலரைக் கூடத்தின் சாய்வுப் பெஞ்சில் செவிலியர்கள் அமர வைப்பார்கள். அவர்களின் எதிர்காலத்தைப் பற்றி அவர்களுக்கு மட்டுமல்ல, மருத்துவர்களுக்கும் எந்தவொரு பிடிமானமும் இருக்காது. திடீரென்று நோய் தீவிரமடையும். அல்லது இரண்டு மூன்று மாதங்களுக்குப் பிறகு அவர்கள் வீட்டுக்குத் திரும்பக்கூடும். அந்த அதிர்ஷ்டத் தேர்வுக்கான

குலுக்கலை எதிர்பார்த்துச் சிலர் காத்திருந்தார்கள். நான் அந்தப் பிரிவைச் சேர்ந்தவள். என்னைச் சியாமளா என்ற சிறப்புச் செவிலி தினமும் சக்கர நாற்காலியில் உட்கார வைத்து அந்தக் கூடத்தின் வழியாகத் தள்ளிச் சென்று, லிஃப்டில் கீழே இறக்கி முதல்தளத்திலிருக்கும் ஸ்ரீகிருஷ்ணர் கோயிலுக்குக் கொண்டு செல்வாள். ஆகவே கூடத்திலிருந்த நோயாளிகளின் முகங்கள் எனக்கு அறிமுகமான காட்சிகளாக இருந்தன. ஒப்பீட்டளவில் வயது குறைந்தவளாக இருந்தமையால் எனது கெட்டகாலத்தின்மீது அனுதாபம் காட்ட மருத்துவர்கள் மட்டுமல்ல செவிலியர்களும் தயாராக இருந்தார்கள்.

சமீபகாலமாக உடலுக்கு ஒரு தீர்ப்பும் மனத்திற்கு ஒரு தீர்ப்பும் இருப்பதாக எனக்குத் தோன்றுவதுண்டு. மனநிறைவுடன் வாழ்வதற்குரிய அதிர்ஷ்டம் கிடைத்துவிட்டால் மரணத்தைக் கண்டு அஞ்ச மாட்டேன். நிறைவேறாத விருப்பங்களை எதிர்பார்ப்பதில்லை; என்னை இரண்டாவது அறுவை சிகிச்சைக்காகத் தயார்படுத்திக் கொண்டிருக்கும்போது ஞானியும் அன்புள்ளம் படைத்தவளுமான எனது தங்கை என்னைத் தொட்டுத் துர்காகவசம் என்னும் பிரார்த்தனையைச் சொன்னாள்.

'மரணத்திலிருந்து காப்பாற்றும்படி பிரார்த்திக்கவில்லை.' என்றாள் அவள். மரணத்திலும் பாதுகாக்க வேண்டும் என்று மாத்திரமே பிரார்த்திப்பதாகச் சொன்னாள். ஏனோ அந்த வார்த்தைகள் எனக்கு முழுஆறுதலைத் தந்தன. ஆத்மாவின் மனோகரமான சாம்ராஜ்ஜியத்திலிருந்து வெளியேற்றப்பட்டு மீண்டும் உடல் பாரத்தைச் சுமந்து வீட்டுக்குத் திரும்பினேன்.

சூனியப்பார்வைகளுடன் வரிசையாகக் கிடக்கும் நோயாளிகளிடம் விடைபெற்றேன். அவர்களில் யாரும் அப்போது என்னிடம் பேசவில்லை. நான் அவர்களை ஏமாற்றிவிட்டேனோ? அவர்களைக் கடந்து, நான் சரீரம் சார்ந்த உலகிற்குத் திரும்பிப்போய்க் கொண்டிருந்தேன். என் மனவேதனை தேங்கி நின்றது. மகிழ்ச்சி என்பது என்ன? துயரம் என்பது என்ன? யாருக்குத் தெரியும்? எனது தங்கை என் ஆத்மாவுக்குப் பதிலாகக் கிழிந்ததும் கீறல் விழுந்ததுமான உடலைத் துர்க்கைக்கு அர்ப்பணித்திருந்தால் அர்த்தமற்ற இந்த மறுபயணம் எனக்கு நிகழ்ந்திருக்காது. இனி எனக்கு வழியில்லை. இனி எப்போதும் விடுதலை இல்லை. மீண்டும் தொடங்கும் திருவிழா... இசைபொங்கும் இளவேனில் கால உற்சவம்...

20

நான் நேசிக்கும் பம்பாய்

கடந்த மாதம், வங்காளதேச விடுதலைப் போர் நடந்துகொண்டிருந்தபோதுதான் பம்பாய் நகரத்தின்மீது எனக்கிருந்த நேசத்தைப் பற்றி முதல்முறையாகப் புரிந்துகொண்டேன். ஒரு மாலைவேளையில் விமானத்தாக்குதலுக்கான சைரன் ஒலித்தபோது மொட்டைமாடியில் நின்றுகொண்டிருந்தேன். அங்கிருந்து மேற்குத் திசையைப் பார்த்தால் அரபிக்கடல் தெரியும். பாகிஸ்தான் விமானங்கள் வருவதாக இருந்தால் அந்த வழியாகத்தான் வருமென்று நண்பர்கள் கூறியிருந்தார்கள். சைரன் ஒலித்ததும் ஆறடுக்குக் கட்டடத்தில் வசிப்பவர்கள் அனைவரும் உடனடியாகக் கீழே சென்று படிக்கட்டின் அடிப்பகுதி இருட்டில் பதுங்கிக்கொள்ள வேண்டுமென்று ஓர் அறிவிப்புக் கடிதம் எங்களுக்குக் கிடைத்திருந்தது. ஒரு குண்டு விழும் வேளையில் எந்த நிலையில் நிற்கும் மனிதனுக்கும் பாதுகாப்பில்லை. படிக்கட்டின் அடியில் பெருச்சாளிகளைப்போல இருட்டில் ஒடுங்கிச் சாவதைக் காட்டிலும் மேலானது, தங்கள் வீட்டில் நிம்மதியாகச் சாவதுதான் என்று எனக்குத் தோன்றியது. சைரன் ஒலித்ததும் நான்கோ ஐந்தோ நிமிடங்களில் நகரம் அமைதியடைந்தது. எல்லா இடங்களிலும் ஈரமான இருட்டு. அன்று நட்சத்திரங்கள்கூடத் தென்படவில்லை. பின்னர் வடக்கு அடிவானக் கோட்டிலிருந்து நான்கு சிவந்த வெளிச்சங்கள் எழுவதைக் கண்டேன். அவற்றிற்குப்

பின்னால் ஓர் அழகான அணிவகுப்பில் மீண்டும் சிவந்த வெளிச்சங்கள். பாகிஸ்தான் விமானங்கள் வருகின்றன என்று உள்ளே போய் மற்றவர்களிடம் கூறினேன். எங்களுடைய வீடு டோக்கட்டுக்கு அருகில் இருந்தது. ஆகவே முதல் குண்டுவீச்சு இந்தப் பகுதியில் நிகழலாம். எனது இரண்டாவது மகனுக்கும் தாஸேட்டனுக்கும் சிறிய படபடப்பு இருந்தது. ஒரு நிமிடத்தில் குண்டு வெடிப்பதைப் போன்ற வெடியோசைகளை நாங்கள் கேட்டோம்.

வரவேற்பறையில் சித்திவிநாயகரின் ஒரு வெண்கலச் சிலையைப் பிரதிஷ்டை செய்திருந்தோம். அதன்முன்னால் இருந்த விளக்கை ஏற்றினேன். அன்று காலை அந்தச் சிலைக்குக் குங்கும அபிஷேகம் செய்திருந்தேன். விளக்கின் மங்கிய வெளிச்சத்தில் கணபதி ரத்தத்தில் குளித்துக் காயம்பட்ட உடலுடன் அமர்ந்திருப்பதைப்போலத் தோன்றினார்.

சைரன் ஒலிக்கும்போது பம்பாய் நகரம் ஒரு குழந்தையாகவும் அது பீதியில் தேம்பியழுவதாகவும் தோன்றும். ஒருமுறை கேட்டால் மறக்க முடியாததாக அந்தத் துயரஅழுகை இருந்தது. அந்த விளக்கை கணபதியை நோக்கி உயர்த்திப்பிடித்துப் பிரார்த்திக்கும்போது மனம் முழுவதும் பம்பாய் நகரமே நிறைந்திருந்தது. பிரியத்திற்குரிய இந்த நகரத்தில் கொடிய மரணம் நிகழாமல் இருக்கட்டும் எனப் பிரார்த்தித்தேன். சின்னக் குழந்தைகளுக்கு எண்ணெய் தேய்த்துக் குளிப்பாட்டும்போது முன்னோர்கள் பாடுவதுண்டு; ‘பிஞ்சுக்கால் வளரட்டும் வளரட்டும் – பிஞ்சுக்கை வளரட்டும் வளரட்டும்.’ அத்தகைய மென்மையான வார்த்தைகளைக் கொண்டு பம்பாய் நகரத்தை வாழ்த்துகளால் அபிஷேகம் செய்தேன். ‘உனது சந்தைகளில் புத்தம்புதிய பொருட்கள் வந்து குவியட்டும். உனது தேவாலயங்களின் வெண்கலமணிகளைச் செல்வம்படைத்த பக்தர்கள் தினமும் பலமுறை ஒலிக்கச் செய்யட்டும். உனது விலைமகளிர்கள் கொழுத்து மினுத்து ஆரோக்கியம் நிறைந்தவர்களாக நீடித்து வாழட்டும். உனது பூங்காவனங்களில் குழந்தைகளின் துயரம்படியாத சிரிப்பொலிகள் ஒலிக்கட்டும். உனது மெரின் டிரைவ் கடலோரத்தில் கடலைப் பொருட்படுத்தாமல் அகம்பாவத்துடன் தலைநிமிர்ந்து நடக்கும் அழகான பெண்களின் அழகு பெருகிப்பெருகி வரட்டும்.’

சிறுவயதிலேயே கல்லீரல்நோயும் இதயநோயும் எனது உடலைக் கீழ்ப்படுத்துவதற்கு எத்தனையோ காலம் முன்பு நான் இந்நகரத்தை இத்தனை நேசித்தது கிடையாது. அன்று வாழ்க்கை நிறைவடையாத நாடகமாக எனக்குத் தோன்றியது. அன்று திரைச்சீலை உயரத் தொடங்கியிருந்தது.

1965இல் ஃபிலிப்பைன்ஸிலிருந்து ஒருவர் இந்தியாவுக்கு மூன்று மாதப் பயிற்சிக்காக வந்திருந்தார். அவரது முன்னோர்கள் ஸ்பெயினைச் சேர்ந்தவர்கள். ஆகவே காதலுணர்வு அவரது ரத்தத்தில் ஊறியிருந்தது. நானும் தாஸேட்டனும் அவரும் சேர்ந்து பல சாயங்காலவேளைகளைச் செலவழித்தோம். திரைப்படத்திற்குப் போகும்போது எனது கூந்தலில் ஐந்தோ ஆறோ மல்லிகைப் பூக்களைச் சூடுவார். 'நீ எனது மணமகள்,' அவர் முணுமுணுத்தார். திரையரங்கின் இருட்டிலும் எனது காதில் அவர் பலவற்றைக் கிசுகிசுத்தார். திரைப்படம் முடிந்ததும் ஓர் உணவுவிடுதிக்குப் போனோம். நடனம் தெரியாத எனக்கு நடனம் கற்பிக்க முயற்சித்தார். அவர் தன்னை ஃபிலிப்பைன்ஸின் பெயர்பெற்ற நடனக்கலைஞர் என்று அறிமுகப்படுத்திக் கொண்டார். அவர் அழுதபடி விடைபெற்றபோது எனக்கும் அழுகை வந்தது. ஒரு பச்சைநிறப் பட்டுச்சால்வையை எனக்குப் பரிசளித்தார். என் கழுத்தில் கிடந்த புலிநக வடிவ ஆபரணத்தை அவருக்குப் பரிசளித்தேன். அவர் பம்பாயிலிருந்த மூன்றாண்டுகள் குதூகலமாக இருந்ததை உணர்ந்தேன். அவர் கிளம்பிப்போன மூன்றாவது நாளில் எனது தோழி பத்மா சில ஊறுகாய்களுடன் என் வீட்டுக்கு வந்தாள். நாங்கள் ரொட்டியையும் ஊறுகாயையும் சாப்பிட்டுக்கொண்டிருந்தபோது எனது ஃபிலிப்பினோ நண்பரைப் பற்றி அவளிடம் கூறினேன். இனி அவரில்லாத வாழ்க்கையைச் சகித்துக்கொள்ள முடியாது என்றேன். எனது அழுகை முடியும்வரை பத்மா எதுவும் பேசவில்லை. ஆறு மாதங்களுக்குப் பிறகு நீ அவரை மறந்துவிடுவாய். என்னோட ஆமி, நீ அப்படிப்பட்டவள்தான் என்றாள் பத்மா... உன்னோட அந்த அன்பு அடுத்த ஆளிடம் போய்விடும்.

இரண்டு மாதங்களுக்குப் பிறகு அவருக்குக் கடிதம் எழுதுவதை நிறுத்திக்கொண்டேன். பத்மா என்னைப்பற்றி நன்கு தெரிந்துவைத்திருந்தாள்.

அச்சமயத்தில் என் கணவரின் மேலதிகாரி அவரைக் கல்கத்தாவுக்குப் பணிமாற்றம் செய்தார். கல்கத்தாவில் எங்களுடன் நெருங்கிப் பழக வாய்ப்புக் கிட்டுமெனக் கருதியே அப்படிச் செய்தார். கல்கத்தாவுக்குச் செல்ல எனக்கோ தாஸேட்டனுக்கோ சற்றும் ஆர்வமில்லை. தங்கள் பள்ளித்தோழர்களை விட்டுப் பிரிவதை அறிந்த குழந்தைகள் மிகவும் கவலையடைந்தார்கள். இரண்டு வருடங்களாக எங்களுடன் தங்கியிருந்து எம்.டி.க்குப் படித்துக்கொண்டிருந்த தம்பியைத் தனியாக விட்டுச் செல்வதை நினைத்து மிகவும் வருந்தினேன். தம்பியின் உடல்நலம் மிகவும் மோசமாக இருந்தது. வாகனத்தில் அமர்ந்து அவனிடம் விடைபெறும்போது எனது இதயம் நொறுங்கியதாக உணர்ந்தேன்.

கல்கத்தாவுக்குப் போவதற்கு முன்பு எங்கள் உறவினரான ஓர் இளைஞன் எனக்குச் சில எச்சரிக்கைகளைத் தந்தான். அங்கு எங்களுக்கு நிறைய உறவினர்கள் இருந்தார்கள். அவர்களிடம் நான் மனம் திறந்து ஒருபோதும் பேசக்கூடாது என்றும் எப்போதும் ஜாக்கிரதையாக இருக்க வேண்டுமென்றும் கூறினான். 'இல்லாவிட்டால் உன்னைத் துரோகமிழைத்து வீழ்த்தி விடுவார்கள்' என்றான். சிறியதொரு பதற்றத்துடன் கல்கத்தாவுக்கு வண்டி ஏறினேன். மெல்லமெல்ல கல்கத்தா எனக்கொரு நரகமாக உருமாறியது.

21

ஒழுக்கம், மறுபிறப்பு...

ஒழுக்கநெறி என்ற பெயரில் நம்மிடையே விவாதிக்கப்படுவதைப் புறக்கணிக்கவும் ஏற்க மறுக்கவும் தீர்மானித்ததற்கு காரணம் உண்டு. அழுகிப்போகும் உடலே அதனுடைய அடித்தளமாக இருந்தது. மனிதனின் மனமே உண்மையான ஒழுக்கநெறிக்கு ஆதாரமாக விளங்குகிறது. சமுதாயத்தையும் அதனுடைய ஒழுக்கநெறியையும் அகோரத் தோற்றமாகவே காண்கிறேன். சமுதாயம் என்கிற திருட்டுக்கிழவி உருவாக்கிய கசாப்புக்கூடமே ஒழுக்கநெறி. உண்மையைக் கண்டு அஞ்சுபவர்களையும் பொய் பேசுபவர்களையும் ஏமாற்றுபவர்களையும் கருக்கலைப்பு செய்பவர்களையும் நீலிக் கண்ணீர் வடிப்பவர்களையும் கிழவி இரவுவேளையில் தனது கம்பளியால் போர்த்திப் பாதுகாக்கிறாள். மனத்தின் சைதன்யத்தைத் தெரிந்துவைத்திருப்பவர்களும் உடலின் அழிவையும் அற்பத்தனத்தையும் புரிந்து வைத்திருக்கும் சத்தியவான்களும் கம்பளியின் பாதுகாப்புக்கு வெளியில் குளிரில் நடுங்கிக்கொண்டிருக்கிறார்கள். இந்தக் காட்சியைக் கண்ட சமுதாயக் கிழவி வாய்விட்டுச் சிரிக்கிறாள்.

தன்னுடைய மனித உடல் சார்ந்த ஆசாபாசங்கள் நீடிக்கும் காலம்வரை ஆத்மா தொடர்ந்து மனிதப் பிறவியை எடுக்க வேண்டியிருக்கும் என்று நம்புகிறேன். இயன்றவரை மனிதப்பிறவியின் வாழ்க்கை அனுபவங்களை இந்தப் பிறவியில்

நிறைவேற்றிக்கொள்ள நான் விழைந்தேன். இம்முயற்சி ஓரளவு நிறைவேறியுள்ளது. பல பிறவிகளுக்காக வைத்திருந்த ஆனந்த அனுபவங்களையும் வேதனைகளையும் துன்பங்களையும் பாவனைகளையும் அனுபவித்து முடித்துவிட்டேன். மூன்றோ நான்கோ மாதங்கள் நானொரு தனிப்பட்ட நபராக வாழ்வேன். எனது முகத்தோற்றம் கூட அவ்வேளையில் முன்னைக் காட்டிலும் வித்தியாசமாகிவிடும். இதை எனது புகைப்படங்களிலிருந்து யார் வேண்டுமானாலும் புரிந்துகொள்ள முடியும். நிறம் மாறும். நோய்கள்கூட வித்தியாசம் பெறும். இதொரு பரிசோதனையாக இருந்தது. வறுமையையும் செல்வத்தையும் அனுபவித்து விட்டேன். பலரால் நேசிக்கப்பட்டுவிட்டேன். ஆனால், உடல்கள் மாறுபட்டிருந்தபோதிலும் என்னை அழைக்கும் செல்லப்பெயர்கள் மாறுபட்டிருந்தபோதிலும் இறைவனையும் எல்லையற்ற விடுதலையையும் தொடர்ந்து நம்பினேன். ஏனெனில் எனது எல்லா ஆசைகளும் நிறைவேறிவிட்டன. அனுபவிப்பதற்கு எனக்குப் புதிதாக எதுவுமில்லை.

நான் லலிதாதேவியை நம்புகிறேன். கண்மூடிய குழந்தை, அன்னையை நம்புவதைப்போல நான் அவளை நம்புகிறேன். நான் லலிதாவை எனது மூத்த சகோதரியைப்போல நேசிக்கிறேன். நான் எங்கு சென்றாலும் என்னுடன் அவள் நடப்பதாகத் தோன்றுகிறது. எனது புகழ்பெற்ற காதலனின் வீட்டுக்கு அந்தக் கட்டடத்தின் ஒலியெழுப்பும் லிஃப்டில் ஏறிச்செல்லும்போது என் பின்னால் நின்று அவள் சிரிக்கிறாள். இதுதான் உன் தலையெழுத்து. அவள் முணுமுணுக்கிறாள், மனிதனின் விதியைப் பற்றிய வேடிக்கைகளைச் சொல்லி எனக்குச் சிரிப்பூட்டுகிறாள். கடந்த மாதம் எனது அடிவயிற்று ரோமங்களை மழித்து, மருந்து பூசி மரக்க வைக்கப்பட்ட எனது நிர்வாண உடலில் ஓர் எகிப்திய மம்மியைப்போல வெள்ளை பேண்டேஜ்களைச் சுற்றி, ட்ராலியில் தள்ளிக்கொண்டு செல்லும்போதும் என்னை ஸ்பரிசித்தாள். என்னை ஆயத்தப்படுத்தும்போதும் என்னுடைய ஞானியும் ஒழுக்கத்தைக் கடைப்பிடிப்பவளுமான என் தங்கை சுலோசனா எனது நெற்றியைத் தொட்டு துர்க்காகவசம் என்கிற சிறப்புத் தோத்திரத்தைச் சொல்லி முடித்தாள். பின்னர் கூறினாள்: என்னைச் சாக அனுமதிக்கக்கூடாது என்றெல்லாம் அவள் பிரார்த்திக்கவில்லையாம். வாழ்நாளிலும் அல்லது இறந்துவிட்டால் மரணத்திலும் என்னைக் காப்பற்ற வேண்டுமென்று மட்டுமே பிரார்த்தித்தாளாம். அவளது வார்த்தைகளைக் கேட்டு முழு மனநிம்மதியுடன் கண்மூடினேன். அறுவைசிகிச்சைக்கு முன்பு, நினைவிழக்கச் செய்ய என் கையில் சோடியம் பென்டதால் மருந்தை ஊசிமூலம் செலுத்தும்போது

உணர்விழப்பதற்கு முந்திய கால் நிமிடத்தில் ஹ ஹ ஹ ஹ ஹ ஹ ஹ என்கிற உற்சாகச் சிரிப்பைக் கேட்டேன். அந்தத் தேய்ந்து கொண்டிருந்த சிரிப்பில் இறந்து போனேன். அந்தச் சிரிப்புக்குச் சொந்தக்காரி என் பிரியத்திற்குரிய துர்க்கா என்பதைப் புரிந்துகொண்டேன். இரண்டாவது அறுவைச்சிகிச்சையின் தையலை முடிப்பதற்கு முன்பு எனக்கு நினைவு திரும்பியது. இடது மூக்கில் செலுத்தப்பட்டிருந்த ஆக்ஸிஜன் குழாய் நழுவி விழுவதாகத் தோன்றியது. என் கழுத்தை மண்போன்ற முரட்டுக்கைகள் நெரிப்பதாக எனக்குப் பட்டது. எனது டாக்டர் தங்கையும் அறுவைச்சிகிச்சை மருத்துவர்களும் இதையெல்லாம் கவனிக்காமல் எனது வயிற்றுத் தையலின் தரத்தை மட்டும் பார்த்துக்கொண்டிருந்தார்கள். அவர்களின் உரையாடல் குளிர்ந்த நீர்த்துளிகளைப் போல எனது உணர்வில் விழுந்தது. நான் உதடுகளை அசைக்க முயற்சித்தேன்; இயலவில்லை.

ஆக்ஸிஜன் என்று சொல்ல முயன்றேன். அது பலனளிக்க வில்லை. ஆனால், எனது ஒரு கைவிரல் உயர்ந்தது. அதைக் கவனித்த அவர்கள் உடனடியாக உதவிசெய்து எனது மூச்சுத்திணறலைச் சீராக்கினார்கள்.

அப்படி உயிருடன் திரும்பியது ஓர் எதிர்பாராத திருப்பமாக எனக்குப் பட்டது. ஏனெனில் நான் மரணத்திற்குத் தயாராக இருந்தேன்.

நான் விடுதலை பெறும்போது இந்தக் கூரை மட்டுமல்ல, மாறாக இந்தத் தெய்வீகப் பிரபஞ்சம் முழுவதும் என் வீடாகும் போது எனது உடலின் சுருங்கிய தன்மைக்குத் திரும்பி வர விரும்பவில்லை.

என் கதை ❋ 133 ❋

22

கல்கத்தா

கல்கத்தா நகரம் இருபதிற்கும் எண்பதிற்கும் இடைப்பட்ட வயதைக் கொண்ட குழந்தைகளின் ஒரு விட்டேற்றியான தோற்றத்தைப் போன்றிருந்தது. அங்கு குளிர்காலம் என்பது காக்டெயில் பருவம். தொழிலதிபர்களும் வெளிநாட்டு நிறுவனங்களில் உயர்பதவி வகிக்கும் திறமையாளர்களும் ஒருபோதும் தமது பணத்தைக் கொடுத்து வெளிநாட்டு மதுவகைகளை வாங்க வக்கற்ற அரசாங்க அதிகாரிகளும் காக்டெயில் விருந்துகளில் கலந்துகொள்ள வருவார்கள். தங்களின் அசட்டு மனைவிகளையும் இந்த விருந்துகளுக்கு இழுத்து வருவதைக் காணலாம். தமது மனைவியரின் அழகுத் தோற்றத்தையும் பேச்சாற்றலையும் செல்வந்தர்களான விருந்தாளிகளின் எதிரில் வெளிப்படுத்துவதற்காக அப்பாவி அரசாங்க அதிகாரிகள் எப்போதும் முயற்சித்துக்கொண் டிருப்பார்கள். இத்தகைய முயற்சிகளைச் செல்வந்தர்கள் ரசிப்பதும் உண்டு. அவர்கள் ரத்தமும் தசையும் வற்றாத அரசாங்க மனைவிமார்களின் அருகில் சேர்ந்தமர்ந்து அவர்களுக்கு வெளிநாட்டு மதுவகைகளைப் பருகக் கற்றுத் தருவார்கள்; ஊக்கப்படுத்துவார்கள். 'ஒரு ஷெரி பருகுவதற்குள் உங்கள் கண்கள் நட்சத்திரங்களைப்போல ஒளிரத் தொடங்கிவிட்டன.' அவர் சொல்வார்: 'இன்னும் பருகு. அந்தக் கன்னங்களின் ரத்த நிறம் மேலும் அதிகரிக்கட்டும். என் கண்களுக்கு ஓர் உற்சவத்தை உருவாக்கித் தருக.' கவர்மெண்ட் மனைவி தனது கணவனை நோக்கிப் பார்வையை எறிவாள்.

கணவர் ஏதோ மூலையில் நின்று நட்பாக தொழிலதிபர்களிடம் ஜப்பான் அழகிகளைப்பற்றி விளக்கிக்கொண்டிருப்பார்; அல்லது மதுக்கூடத்தின் அருகில், சட்டியில் வைக்கப்பட்ட செடிகளின் முழுமையற்ற மறைவிடத்தில் அமர்ந்து தனது கிளாஸில் மறுபடியும் டபுள்பெக் விஸ்கியை ஊற்றிக்கொண்டிருப்பார். அவருடைய வெறியும் தந்திரமும் மனைவிக்கு அலுப்பூட்டும். அவளும் பருகத் தொடங்குவாள். மீண்டும்மீண்டும் பருகுவாள். கடைசியில் வாந்தியெடுப்பதற்காக உபசரிப்பவரின் குளியலறைக்கு வருவாள். வாந்தியெடுக்கும்போது அவளது முதுகைத் தடவிவிடவும் அவளைப் பலவிதத்தில் ஆறுதல்படுத்தவும் உபசரிப்பவனோ அல்லது ஏதோவொரு விருந்தாளியோ தயாராக இருப்பான். அதற்குள்ளாக அவளது கணவன் ஒரு சோஃபாவில் கண்களை மூடிப் படுத்திருப்பான். மது உருவாக்கிய செயற்கைத் தூக்கத்தில் அவன் மயங்கிக் கிடப்பான். அவனை எழவைத்து வீட்டுக்குக் கூட்டிவர ஒரு பட்டாளமே தேவைப்படும். ஆகவே, குடித்தும் வாந்தியெடுத்தும் பணிவிடை செய்யும் கைகளின் அழுத்தத்தை ஏற்றுக் களைப்படைந்த பெண் கண்ணீர்விட்டு ஓரிடத்தில் அமர்ந்திருப்பாள். அவ்வேளையில் அவளைக் கட்டியணைக்கவும் முத்தமிடவும் ஆறுதல்படுத்தவும் ஆண்கள் முயற்சித்துக்கொண்டேயிருப்பார்கள்.

சற்று ஒழுங்கீனமான இத்தகைய குழந்தைத்தனங்களே கல்கத்தாவில் வழக்கமாக நடக்கிறது. இதில் பங்கேற்பவர்கள் எந்நேரமும் பொய் பேசிக்கொண்டிருப்பார்கள். பொய் பேசிப் பழகியதால் மனப்பூர்வமாக இல்லாவிட்டாலும் அடுத்தவர்களை ஏமாற்றுவார்கள். இந்தச் சமூகத்தில் முதல்முறையாகப் பிரவேசிப்பவர்களை வாய்ப்புக் கிடைக்கும்போதெல்லாம் ஏளனம் செய்வார்கள். என்னிடம் நட்புடன் பழகியவர்கள் தான் பின்னர் என்னைப்பற்றி அவதூறுகளைப் பரப்பினார்கள். கல்கத்தாவில் இருக்கும்போதுதான் எனக்கு முதல்முறையாக மனிதர்கள் மீதான நம்பிக்கை சிதைந்தது.

எங்கள் பக்கத்து வீட்டில் மரியாதைக்குரிய முதியவர் ஒருவர் இருந்தார். மாலைநேரத்தில் நானும் என் கணவரும் அவரது வீட்டுக்குச் செல்வோம். அங்கு உருளைக்கிழங்கும் அவலும் சேர்த்துத் தயாரித்த உப்புமாவைச் சாப்பிடுவோம். வில்வத்தின் நறுமணம் கொண்ட நீரைப் பருகுவோம். எனக்குச் சமஸ்கிருதத்தைக் கற்றுத்தர அவர் முயற்சி செய்தார். எனது வலதுகாலில் ஒருவகை வாதநோய் பாதித்தபோது தினமும் என் வீட்டுக்கு வருவார். எனது காலை நீவியவாறு அவர் எங்களுடன் நீண்ட நேரம் செலவிட்டார். என்னை காயத்ரி என்றும் சின்னக் குழந்தை (little one) என்று மட்டுமே அழைத்தார். எங்களுடைய

விவாதங்களில் பெரும்பாலும் புராணக் கதாபாத்திரங்களே இடம்பெற்றன. எனது உறவினர்களில் சிலர் அவருக்கும் எனக்குமிடையில் தகாத உறவு நிலவுவதாக அவதூறைப் பரப்பியபோது அவர்கள்மீது எழுந்த வெறுப்பு காரணமின்றி அவர்மீதும் தோன்றியது. அதன்பிறகு அவரிடமிருந்து விலகத் தொடங்கினேன். அவர் வருவதை அறிந்ததும் தோழிகளின் வீடுகளுக்குப் போய் ஒளிந்துகொண்டேன். அவர் ஏதேனும் பூக்களையோ புத்தகங்களையோ என் கையில் திணிக்கும்போது அந்த ஸ்பரிசம் எனக்கு வெறுப்பூட்டும். ஒருமுறை மலர்மாலைகளை வாங்கிவந்து நான் வரைந்துவைத்திருந்த எனது உருவப்படத்தின்மீது சார்த்தினார்.

'என்னோட சின்னக்குழந்தையே, உனக்கென்ன என்மேலே இத்தனை கோபம்?' அவர் தொடர்ந்து என்னிடம் கேட்டுக் கொண்டிருந்தார்.

'உனக்கென்ன இவர்மீது இத்தனை வெறுப்பு?' என் கணவர் என்னிடம் கேட்டார். அதற்கு நான் பதிலளிக்கவில்லை. அக்காலத்தில் நான் கறுப்பு நிறச் சட்டையையும் பெரிய பூக்களைக் கொண்ட கைலியையும் வழக்கமாக உடுத்தினேன். முகத்தில் பவுடரைப் பூசுவதையோ வாசனைத் திரவியங்களைப் பூசுவதையோ அன்று செய்ததில்லை. விலைமதிப்பு வாய்ந்த ஆடைகளை அணிவதற்கான பணவசதியும் எங்களுக்குக் கிடையாது. ஆகவே மூன்றோ நான்கோ சட்டைகளையும் நான்கு கைலிகளையும் வைத்துக்கொண்டு திருப்தியடைந்தேன். கிடைக்கும் பணத்தை வைத்துப் புத்தகங்களை மட்டும் வாங்கி மகிழ்ச்சியுடன் இருந்தேன். விருந்துகளுக்குப் போய்வர நான்கு பட்டுப்புடவைகள் இருந்தன. திருமணத்தின்போது சிலர் பரிசாகத் தந்திருந்தார்கள். ஒரே புடவையை எல்லா விருந்துகளுக்கும் பயன்படுத்தினால் பெண்களின் கண்களில் நானொரு பரிகாசத்திற்குரியவள் ஆவேன் என்பது தெரிந்திருக்கவில்லை. தெரிந்தபோது, நானதற்கு முக்கியத்துவம் கொடுக்கவில்லை. அவர்களெல்லாம் தங்களுடைய புதுப்புடவைகளைக் காட்சிப்படுத்தி அழகிகளாகத் திகழ்ந்தபோது பழசாகிக் கிழியத்தொடங்கிய புடவையை உடுத்தியிருந்த என்னைச் சுற்றிலும் அவர்களின் கணவன்மார்கள் வலம் வந்துகொண்டிருந்தார்கள். எனக்கு என்றும் பார்வையாளர்கள் இருந்தார்கள். எனது உரையாடல்களைச் செவிமடுப்பவர்கள் இருந்தார்கள். எனது தபால்பெட்டியில் காதல் கடிதங்கள் இருந்தன. இருப்பினும் நான் கல்கத்தா நகரை எண்ணிப் பயந்தேன். அங்கிருந்து தப்பித்துச்செல்ல எப்போதும் ஆசைப்பட்டேன்.

23

மதுபானம்

எனது தந்தை மதுபானப் பழக்கத்தை வெறுத்தார். ஒருபோதும் மது வீட்டுக்குள் நுழையக் கூடாது என்று பலமுறை என்னிடம் சொல்லியிருந்தார். எனது மனத்தின் அடித்தூண்களில் செதுக்கிவைக்கப்பட்ட நீதிபோதனைகள் ஒவ்வொன்றையும் கங்கையிலிருந்து வீசியடிக்கும் காற்று கொறித்துத் தின்றது. இந்தப் பெற்றோரின் மகளான நீ, இவர்கள் ஒருபோதும் செய்யத் துணியாத காரியங்களை எதற்காகச் செய்கிறாய் என்கிற கேள்வியைச் சமுதாயம் என்னிடம் கேட்டிருக்கக்கூடும். எனக்குத் தாயாகவும் தந்தையாகவும் இருந்த புத்தக சாம்ராஜ்ஜியத்தை அவர்கள் கணக்கிலெடுத்துக் கொள்ளவில்லை. என்னுடைய வளர்ப்புத் தாயாகவும் தந்தையாகவும் இலக்கியம் இருந்தது. புத்தகங்கள் ஓய்வின்றி என்னிடம் போதித்துக்கொண்டிருந்தன. இறந்து போனவர்களின் நாக்கு என்னைப் பசுக்கன்றைப் போல நக்கித் துடைத்துப் புடம்போட்டு, உலகின் பலிபீடத்தில் காணிக்கையாகச் சமர்ப்பித்தது.

எனது வீட்டில் எந்தப் பூஜையும் நடந்ததில்லை. அக்காலத்தில் என் உதட்டில் இறைவனின் அழகிய பெயர் மலர்ந்ததில்லை. தாஸேட்டன் பெரும்பாலான நாட்களில் கல்கத்தாவுக்கு வெளியில் எங்காவது பயணத்தில் இருப்பார். அவர் வீட்டிலிருக்கும் வேளையில்கூட எங்களிடையே மானசீகமான எந்தவொரு நெருக்கமும் இருந்ததில்லை. என் மனக்குழப்பங்களைப் பற்றிப் பேச முற்பட்டால்

விஷயத்தை மாற்றி அங்கிருந்து அகன்றுவிடுவார். பம்பாயிலிருந்து அவரது மேலதிகாரி அடிக்கடி வருவார். பண்பாளரும் நற்குணம் படைத்தவருமான அந்த நடுத்தர வயது மனிதர் ஒருமுறை என் கைவிரல்களை வருடியபடி கேட்டார்: 'உனக்கேன் இத்தனை துக்கம்?' அந்தக் கேள்வி என்னை வியப்பிலாழ்த்தியது.

ஏனெனில் நான் எனது துயரத்தை வெளிப்படுத்தாமல் வளர்ந்துவிட்டேன். எப்போதும் சிரிக்கவும் உற்சாக அடையாளங்களை எனது முகத்தில் எடுத்து அணியவும் அன்று கற்றிருந்தேன். அனுதாபம் நிறைந்த கண்களுடன் என் உள்ளத்தை அவர் வெறித்துப் பார்த்தபோது வாய்விட்டு அழுதேன். என்னை அரவணைத்து என் கண்ணீரைத் தனது கைக்குட்டையால் துடைத்தார்.

தனிமையைச் சகிக்க முடியாமல் போனபோது ஒருநாள் கார்லோவுக்குக் கடிதம் எழுதினேன். இந்த வாழ்க்கையைத் தொடர எனக்கு விருப்பமில்லை என்று எழுதினேன். அதற்கு பதில் வரவில்லை. கார்லோ என்னை மறந்துவிட்டார் அல்லது இல்லறவாழ்க்கையில் ஈடுபட்டிருக்கும் அவருக்கு என் கடிதம் ஒரு தொல்லையாக மாறியிருக்குமெனக் கருதினேன். ஆனால், ஒருநாள் காலையில் தாஸேட்டன் அலுவலகத்திற்கும் என் மகன் பள்ளிக்கூடத்திற்கும் போனபிறகு எனது வேலைக்காரன் என்னை அழைத்தான்: 'ஒரு வெள்ளைக்காரர் வந்திருக்கார்.' பழமைபடிந்த சோஃபாவில் ஒரு நீலச் சட்டையணிந்து கார்லோ அமர்ந்திருந்தார். வேலைக்காரன் திரைச்சீலைக்குப் பின்னால் ஒளிந்து நிற்பதைப் புரிந்துகொண்டோம். ஆகவே சோஃபாவை விட்டுச் சட்டென்று எழுந்து நின்ற கார்லோவை வரவேற்காமல் மௌனமாக நிற்கவே என்னால் முடிந்தது. சற்று நேரத்திற்குப் பிறகு சொன்னேன்:

'எங்ககிட்டே ஒரு டேபிள் டென்னிஸ் மேசை இருக்குது. வராந்தாவுக்கு வாங்க காட்டித் தர்ரேன்.'

நாங்கள் டேபிள் டென்னிஸ் விளையாடினோம். ஆனால், எனது ஆட்டம் மிகவும் மோசமாக இருந்தது. ஆகவே சலிப்புடன் கார்லோ கூறினார்: 'இனி விளையாட வேண்டாம், இங்கே என் பக்கத்தில உட்கார்.'

வராந்தா திண்ணைமீது நாங்கள் அமர்ந்தோம்.

'எத்தனை நாள் இந்தியாவுல தங்கியிருப்பீங்க?' நான் கேட்டேன்.

'இந்தக் கேள்விக்கான பதில் உனக்கு மட்டும்தான் தெரியும்,' என்றார்.

அவரது உதடுகளில் முன்னர் காணாத ஒரு வெளிறல் தென்பட்டது. உடலும் மெலிந்திருந்தது.

'நீ பார்வைக்கு ஒரு ஜிப்ஸியைப்போல இருக்கிறாய்,' என்றார் கார்லோ.

அந்த வாரம் ஒரு பிரபலமான எழுத்தாளர் கல்கத்தாவுக்கு வந்தார். அவர் மதிய உணவை என் வீட்டில் சாப்பிட்டார். அவர் இந்தியாவில் கிடைக்கும் தண்ணீரைப் பருக அஞ்சினார். ஆகவே, அதிகமாக பியரைக் குடித்தார். மாலைவேளையில் என்னையும் அவரையும் காக்டெயிலுக்கு அழைத்திருந்தார்கள். அங்கு போகும்போதே என் கண்கள் சிவந்திருந்தன. மதியம் ஓய்வெடுக்காததாலும் சாப்பாட்டுக்கு முன்பாகவே பியர் அருந்தியதாலும் ஜுரம் பாதித்ததாகத் தோன்றியது. மாலையில், புல்வெளியில் அமர்ந்து மீண்டும் குடித்தேன். எனது உறவினர் ஒருவர் அருகில் வந்தமர்ந்து முணுமுணுத்தார்: 'குடிங்க அண்ணி, குடிங்க.' கட்டுப்பாட்டை இழந்து கரைகளை உடைக்கும் நதி போலானேன் நான். எனது கண்கள் தீப்பந்தங்களைப் போல ஜொலிப்பதாகவும் எனது சிரைகளில் ஒரு சிரிப்பு அந்திநேரப் படகைப்போல நகர்வதாகவும் தோன்றியது. முடிவாக, எல்லோரிடமும் விடைபெற்றுக் காரில் ஏறும்போது எஞ்சியிருந்த விவேகம் என்னிடம் உச்சரித்தது: 'நீ இந்தத் தோற்றத்தில் வீட்டுக்குத் திரும்பி குழந்தைகளைத் திடுக்கிட வைக்காதே.' ஆகவே கார்லோ தங்கியிருந்த விடுதிக்குப் போகும்படி ஓட்டுநரிடம் கூறினேன். எங்கள் ஓட்டுநர் அறுபது ரம்ஜான்களைக் கடந்தவர். அவரது முகம் வாடியது. விடுதியை அடைந்தபோது என் கைகால்கள் வலுவிழக்கத் தொடங்கியதை உணர்ந்தேன். லிஃப்ட் கண்ணாடியில் ஒரு சிவந்த கிரகண நிலவைப்போல எனது முகம் இருளத் தொடங்கியபோது வெட்கித் தலை குனிந்தேன். கார்லோ பைஜாமாவை உடுத்தி உறங்கத் தயாராகிக்கொண்டிருந்தார். கதவைத் திறந்தபோது எனது முகத்தைக் கண்டு பதற்றமடைந்தார்.

'என்ன ஆயிற்று சீதா?' கார்லோ கேட்டார். நான் கட்டிலை ஆசையுடன் பார்த்தேன். 'நான் ஓய்வெடுக்கணும்' என்றேன். ஆனால், தாமதிக்காமல் தரைவிரிப்பில் நிலைகுலைந்து விழுந்தேன்.

பின்னர் கண்விழித்தபோது படுக்கையில் கிடத்தப்பட்டிருந்தேன். எனது நெற்றியின்மீது யூடிகோலோன் நனைத்த துவாலையை வைத்துக்கொண்டிருந்தார் கார்லோ.

'உனக்கு இப்போது சற்றுத் தேவலை என்பது தோன்றுகிறதா?' அவர் கேட்டார்.

'ஓ . . . கார்லோ, ஓ . . . கார்லோ.' நான் அவரது விரல்களைப் பற்றித் தேம்பியழுதேன்.

'எழுந்திரு அன்பே' என்றார். 'எழுந்து புடவையை உடுத்திக்கொள். பின்னர் உன்னை வீட்டுக்கு அழைத்துப் போவேன். உன் டிரைவர் கீழே காத்துக்கொண்டிருக்கிறார்.'

எனது புடவை ஒரு நாற்காலிமீது மடித்து வைக்கப்பட்டிருந்தது. நான் எழுந்து நின்று புடவையை உடுத்தினேன். பின்னர் குளியலறைக்குப் போய் முகத்தைக் கழுவி டால்கம் பவுடரைப் பூசிக்கொண்டேன்.

கார்லோ அறையைப் பூட்டிவிட்டு என் கையைப் பிடித்து வெளியே வந்தார்.

'உன்னை இதையெல்லாம் செய்ய வைப்பது யார்?' கார்லோ கேட்டார்.

விடுதியின் கீழ்த்தளத்திலிருந்து ஒரு சாக்லெட் பெட்டியை வாங்கி என் கையில் தந்து, 'இதைக் குழந்தைகளுக்குக் கொடு' என்றார்: 'அவர்கள் உன்னைக் காணாமல் பயந்துக்கிட்டிருப்பார்கள்.'

வீட்டை அடைந்தபோது மணி பதினொன்று ஆகியிருந்தது. குழந்தைகள் தூங்கிக்கொண்டிருந்தார்கள். பின்னர் எனக்குத் தூக்கம் வரவில்லை. நான் வராந்தா கம்பிகளில் சாய்ந்து வெகுநேரம் அந்தக் குளிர்ந்த திண்ணைமீது அமர்ந்திருந்தேன். வானத்தில் ஒரு நட்சத்திரம்கூடத் தென்படவில்லை.

24

சைனீஸ் தேநீர்

எங்களுடைய நண்பர் வட்டத்தைச் சேர்ந்த ஒரு பொருளாதார நிபுணர் அக்காலத்தில் எனது அண்மையை விரும்பினார். ஆனால் அவருக்குக் கல்கத்தாவில் பொறாமைகொண்ட காதலி ஒருத்தி இருந்தாள். ஆகவே தனது செல்வாக்கைப் பயன்படுத்தி அவர் தாஸேட்டனை டெல்லிக்குப் பணிமாற்றம் செய்தார். தனது எதிர்காலம் சிறப்படையும் என்று மட்டுமே தாஸேட்டன் அக்காலகட்டத்தில் கருதியிருந்தார். கல்கத்தா வீட்டின் விசாலமான அறைகளில் புழங்கிய எங்களுக்கு டெல்லி வசிப்பிடம் ஒரு சிறைச்சாலையாகத் தோன்றியது. காலையில் ஒரு மணிநேரம் மட்டுமே குழாய்களில் தண்ணீர் வந்தது. அதன்பிறகு சொட்டுத்தண்ணீர்கூட இருக்காது. தினமும் குளித்துப் பழகிய எனது கூந்தல் பொலிவிழந்தது. எனக்குச் சட்டென்று அழுகை பொங்கியது. எங்கள் வீட்டுச்சாமான்கள் ஓட்டை உடைசல்களுடன் டெல்லிக்கு வந்துசேர்ந்தன. ஆண்டின் இறுதியில் குழந்தைகளைப் பள்ளியில் சேர்ப்பதற்குக்கூடப் பலர் எதிரில் தலைகுனிய வேண்டியதாயிற்று.

டெல்லியை அடைந்த ஒருவாரத்தில் எனக்கொரு தந்தி கிடைத்தது. அப்பாவுக்கு மாரடைப்பு ஏற்பட்டதாகவும் உடனடியாக கோழிக்கோட்டுக்கு வரவேண்டுமென்றும் தகவல். அப்பா எனது பாதுகாப்புத் தூணாக விளங்கி வந்தார். எது நடந்தாலும் அப்பாவின் அருகில்

செல்லும்போது எனக்கோர் அடைக்கலம் கிடைக்குமென்று நம்பியிருந்தேன். மறுநாள் விமானம் மூலம் சென்னையை எட்டுவதற்குள்ளாக இருட்டாகிவிட்டது. டாக்ஸியைப் பிடித்து அவசரமாக ரயில்நிலையத்திற்குள் நுழைந்தபோது நடைமேடையில் இரண்டாவது விசிலுக்காக ரயில் தயாராகிக் கொண்டிருந்தது. நடைமேடைச் சீட்டை மட்டும் வாங்கிக்கொண்டு ஓடிப்போய் வண்டியில் ஏறிக்கொண்டேன்.

மறுநாள் காலையில் வீட்டை அடைந்தபோது மாடிக் கூடத்தில் அப்பா உறங்கிக்கொண்டிருந்தார். என்னைக் கண்டதும் அப்பா அழுதார். உயிரைக் கொடுத்து அப்பாவை மரணத்திலிருந்து காப்பற்ற வேண்டுமென்று முடிவெடுத்தேன்.

அன்று அப்பாவின் நான்கு பிள்ளைகளும் கோழிக்கோட்டில் இருந்தார்கள். எனது அண்ணனும் தம்பியும் பணியில் இருந்தார்கள். தங்கை படித்துக்கொண்டிருந்தாள். அம்மா கவலையால் சோர்ந்துபோயிருந்தாள். எனவே அப்பாவின் நோய் குணமாகும்வரை அங்கேயே தங்கி அவருக்குப் பணிவிடை செய்யத் தீர்மானித்தேன்.

கூடத்திற்கு வெளியில் ஒரு தளம் இருந்தது. அங்கு மெத்தைகளை வரிசையாக விரித்து அனைவரும் தூங்கினோம். அப்பாவின் கட்டிலுக்குக் கீழே, தரையில் ஒரு மெத்தையை விரித்து அம்மாவோ நானோ படுத்துக்கொள்வோம். அப்படிப் படுக்கும் போது வாழ்க்கையில் முதல்முறையாக குடும்ப அன்பு என்கிற வார்த்தையின் பொருளைப் புரிந்துகொண்டேன். பெற்றோரின் பிள்ளைகளாகப் பிறந்தபோதிலும் நாங்கள் அனைவரும் ஒன்றாக வசித்தது கிடையாது. அப்பா நோய்வாய்ப்பட்டபோதுதான் முதன்முறையாக அது சாத்தியமானது. இரவு வேளைகளில் எங்கள் உரையாடல்களைச் செவிமடுத்துப் படுத்துக்கொண்டிருந்த அப்பா மிகுந்த மகிழ்ச்சியடைந்திருப்பார். ஏனெனில் அவர் விரைவில் குணமடைந்தார். ஒரு மாதத்திற்குப் பிறகு டெல்லிக்குத் திரும்பினேன்.

ராணுவக் குடியிருப்பில் இருந்த வீட்டிலிருந்து தண்ணீரைத் தேடி லாஜ்பத் நகரை அடைந்தோம். மிகவும் குறுகலான அறைகளைக் கொண்ட ஒரு வீடு எங்களுக்குக் கிடைத்தது. வீட்டின் முன்பகுதி எருமைகளுக்கான மேய்ச்சல்வெளியாக இருந்தது. அதனெதிரில் ஏழைகளின் குடிசைகள். பளபளக்கும் பெரிய ஈக்கள் பகல்வேளைகளில் அங்கெல்லாம் ரீங்கரித்துப் பறந்துகொண்டிருந்தன.

அங்குதான் என் மகன் மோனுவை டைஃபாய்ட் பாதித்தது. அந்தக் குடிசைகளிலிருந்து பிணங்களைக் கயிற்றுக் கட்டிலில்

கிடத்தி எடுத்துச்செல்வதை வாசலில் அமர்ந்து பார்த்துக் கொண்டிருந்தேன். 'இங்கே இருந்தால் செத்திடுவேன் அம்மா,' மோனு ஒருமுறை கூறினான். அன்றுமுதல் அந்த வீட்டை வெறுத்தேன்.

ஒருநாள் சாயங்காலத்தில் தாஸேட்டனை அலுவலகத்திலிருந்து அழைத்து வருவதற்காகக் காரில் கிளம்பினேன். வழக்கமாக ஆறுமணிக்குத்தான் அலுவலத்திற்குச் சென்று சேர்வேன். அன்று ஐந்துமணிக்கே அலுவலகத்தை அடைந்துவிட்டேன். ஏற்கனவே எங்களுக்குத் தெரிந்த மருத்துவர் கிருஷ்ணசாமி அப்போது தாஸேட்டனின் அறைக்கு வந்தார். 'ஹலோ மிஸஸ் தாஸ், எப்படி இருக்கீங்க?' அவர் கேட்டார்.

'அவளுக்கு இப்போதைய வீட்டைப் பத்தி பெரிய அதிருப்தி,' என்றார் தாஸேட்டன்.

நான் முகத்தை மூடி வாய்விட்டு அழுதேன். எனது நரம்புகள் முழுவதுமாகக் களைத்துப் போயிருந்தன. உடனடியாக டாக்டர் கிருஷ்ணசாமி தனது நண்பர் ஒருவருடன் தொலைபேசியில் உரையாடி நாங்கள் வசிப்பதற்காக ஒரு வீட்டைக் கண்டுபிடித்துத் தந்தார். உற்சாகத்துடன் வீட்டுக்குத் திரும்பினேன்.

பிரபல மலையாள நாவலாசிரியர் வி.கே.என். அன்று நாங்கள் அடிக்கடி சந்திக்கும் நண்பராக இருந்தார். அவ்வப்போது நான்குமணிவாக்கில் கதவைத் தட்டுவார் 'குழந்தை... வி.கே.என்' என்கிற அழைப்பையும் நாங்கள் கேட்போம். இரண்டு கட்டில்களைப் போட்டபோது நடப்பதற்குக்கூட இடமில்லாது போன அறையிலேயே நாங்கள் அவரை வரவேற்றோம். ஒரு கட்டிலில் மோனு நோய்வாய்ப்பட்டுக் கிடக்கிறான். வி.கே.என். சுவையான உணவுகளைப் பற்றியே அதிகம் பேசுவார். அவரது உரையாடலை என் குழந்தைகள் எப்போதும் ரசித்தார்கள்.

நாங்கள் வீட்டை மாற்றும்போது வி.கே.என். உதவிக்கு வந்துசேர்ந்தார். சவுத் எக்ஸ்டென்ஷன் என்கிற இடத்தில் அந்த வீடு இருந்தது. வீட்டு உரிமையாளர் கீழ்த்தளத்தில் வசித்துவந்தார். ரங்கூன் மல்லிகைக்கொடிகள் சூழ்ந்த ஒரு படிக்கட்டிலிருந்து எங்கள் வீடு துவங்கியது. மாடியை அடைந்ததும் தெருவை நோக்கிய ஒரு வராந்தா, அதற்குப் பின்னால் அலுவலக அறை, இரண்டு படுக்கையறைகள், சமையலறை. இடப்பற்றாக்குறை காரணமாகச் சமையலறையின் எதிரிலிருக்கும் வராந்தாவில் மேசையையும் நாற்காலிகளையும் போட்டு அதை உணவு அறையாக மாற்றினோம். நேரம் கிடைக்கும்போதெல்லாம் வீட்டைவிட்டுக் கிளம்பி நடப்பதை

வழக்கமாகக் கொண்டிருந்தோம். எங்கள் வீட்டிலிருந்து அரை ஃபர்லாங் தூரத்தில் 'லாகபானா' என்ற உணவகம் இருந்தது. ஒரு மரத்தைச் சுற்றி மேசைகளையும் நாற்காலிகளையும் போட்டு, சுவரை எழுப்பி, ஒரு பர்ணசாலையைப் போல நிழலும் அழகும் கொண்ட இடமாக மாற்றியிருந்தார்கள். அவ்விடத்திற்கு நானும் குழந்தைகளும் பலமுறை சென்றோம். என் மூத்தபையன் சைவ உணவை விரும்பக்கூடியவன். இரண்டாவது மகன் கோழிக்கறியை விரும்பி உண்பான். லாகபானாவில் நாங்கள் வெஜிட்டபிள் பிரியாணியும் பொரித்த கோழியும் பால்கட்டியும் பட்டாணிப்பருப்பு சேர்த்துத் தயாரித்த மசாலா குழம்பும் ஐஸ்கிரீமும் சாப்பிட்டோம். ஒவ்வொரு முறையும் அங்கு உணவு உண்ட பிறகு நாங்கள் மூவரும் கைகோர்த்துப் புதிதாக முளைத்த கடைகளில் காட்சிப்படுத்தப்பட்ட பொருட்களைப் பார்த்தவாறு நிதானமாக வீட்டுக்குத் திரும்புவோம். எனது இரண்டாவது மகன் பிரியதர்ஷனுக்கு அவன் பார்த்த எல்லாப் பொருட்களும் பிடித்துவிட்டன. 'எனக்கு இதையெல்லாம் எப்ப வாங்கித்தருவீங்க?' அவன் கேட்டான்.

அன்றெல்லாம் தொடர்ந்து எனது கவிதைகள் பிரசுரமாகிக் கொண்டிருந்தன. வெளிநாட்டிலிருந்து கவிதைக்கான பரிசும் அச்சமயத்தில் எனக்குக் கிடைத்திருந்தது. ஆகவே கலாச்சாரச் சிந்தனையாளர்கள் என்று மார்தட்டிக்கொள்ளும் பல இளைஞர்கள் என்னை அறிமுகப்படுத்திக்கொள்ள ஆர்வம் காட்டினார்கள். வெளிநாட்டுத் திரைப்படங்களின் காட்சி நடைபெற்றுக்கொண்டிருந்த வேளையில் அவர்கள் ஒவ்வொருவரும் என்னைத் தங்களுடைய மனைவியென்று பொய்சொல்லித் தினமும் உள்ளே அனுப்பித் திரைப்படங்களைக் காட்டித் தந்தார்கள். ஒவ்வொரு நாளும் ஒவ்வொரு தோற்றத்தில் திரைப்படம் பார்க்கச் சென்றேன். குழந்தைப்பருவம் முதல் மாறுவேடம் என்னுடைய பொழுதுபோக்காக இருந்தது.

அன்று எனக்குக் குறைந்த எண்ணிக்கையிலேயே புடவைகள் இருந்தன. வேடம் சற்று மோசமாக இருப்பதாகத் தோன்றும் போது நான் கன்னங்களைக் கோணலாக்கி வைப்பேன். அத்துடன் எனது தன்னம்பிக்கை அதிகரிக்கும். எனது அன்பிற்குரிய நண்பன் போள் என்னை முதல்முறையாக ஒரு மாலைவேளையில் ஆட்டோ ரிக்ஷாவில் ஏற்றிச்சென்றான். முதலில் நாங்கள் 'லாபெனீம்' என்கிற உணவகத்திற்குப் போனோம். மெழுகுவர்த்திகளின் மெல்லிய வெளிச்சத்தில் அமர்ந்து சைனீஸ் தேநீரும் சீஸ் சான்விட்சும் சாப்பிட்டோம். சைனீஸ் தேநீரைப் பருகிய அனுபவம் இருப்பதாக நடித்து ஆர்டர் கொடுத்தேன். அதனுடைய நீர்ச்சுவை என்னை ஏமாற்றமடைய வைத்தது.

உண்மையில், முதல்முறையாகவே இதையெல்லாம் பருகுகிறேன். நான் போளிடம் சொன்னேன். நான் முகம் சுளிப்பதைக் கண்ட போள் சிரித்தார். ஆப்பிள் சாறு இதைவிட நன்றாக இருக்கும் என்றேன். நாங்கள் இரண்டு பாட்டில் ஆப்பிள் சாறு வாங்கினோம். ஒரு ஸ்கூட்டர் ரிக்ஷாவில் ஏறினோம். பாட்டிலை எடுத்துப் பருகுவதைக் கவனித்த ஓட்டுநர் ஏமாற்றத்துடன் கூறினான்: 'வண்டிக்குள்ளே மதுபானம் குடிக்காதீங்க. போலீஸ் என்னைத்தான் புடிப்பாங்க.'

'மதுபானமா?' போள் கேட்டார். 'கொஞ்சம் ருசித்துப் பார் சகோதரா. இது வெறும் ஆப்பிள் ஜூஸ்.'

டெல்லியில் பெரும்பாலான சாலையோரங்களில் நறுமணம் வீசும் மரங்கள் வளர்ந்திருப்பதைக் காணலாம். மாலைவேளையில் துப்புரவுத் தொழிலாளிகள் விழுந்துகிடக்கும் சருகுகளைப் பெருக்கியெடுத்துச் சிறிய தீக்குண்டங்களை உருவாக்குவார்கள். சருகுகள் எரியும் அந்தப் புகைப்படலங்களின் ஊடாக, அந்த அடர்ந்த நறுமணத்தின் ஊடாகச் சிரித்துக்கொண்டே பயணித்தோம். கடைசியாக அலுவலக நேரத்திற்குப் பின்பும் வேலை பார்த்துக்கொண்டிருந்த தாஸேட்டனின் அலுவலக அறையை அடைந்தபோது அவர் கேட்டார்:

'நீ இன்னைக்கு எத்தனை சந்தோஷமா இருக்கற ஆமி!'

போள் வெட்கித் தலைகுனிந்தார்.

25

உயிர்த்தெழுந்த பறவை

திரு.வி.கே. கிருஷ்ணமேனோன் முதல்முறையாக டெல்லியில்தான் எனக்கு அறிமுகமாகிறார். அவரது தொண்டர்கள் நடத்திக்கொண்டிருந்த செஞ்சுரி என்கிற வாரஇதழில் அச்சமயத்தில் கவிதைகளையும் கட்டுரைகளையும் எழுதிக் கொண்டிருந்தேன். செஞ்சுரியின் சிறப்பு இலக்கங்களில் எழுதவேண்டிய வேண்டுகோள்கள் அவ்வப்போது எனக்குக் கிடைத்துக் கொண்டிருந்தன. ஒருமுறை கிருஷ்ணமேனோனைப் போய்ப் பார்க்கத் தீர்மானித்தேன். அப்போதுதான் அவரது நண்பர் வட்டத்தைச் சேர்ந்தவரென்று தன்னை அறிவித்துக் கொண்ட ஓர் இருபத்திமூன்று வயது இளைஞன் என்னிடம் கூறினான்:

"நீங்க சந்திக்க வர்றீங்கன்னு கேள்விப்பட்டபோது மேனோன் கேட்டார்: 'யார் இந்த கமலா தாஸ்? நான் எதற்கு இந்த எழுத்தாளர்களைப் பார்க்க வேண்டும்?'"

கிருஷ்ணமேனோனின் சகிக்கமுடியாத தற்பெருமை பற்றிய பல கதைகள் அன்று டெல்லியில் பிரபலமாக இருந்தன. அந்தக் கதைகளை நம்பியதுடன், மேனோனை அன்று முதல் கடுமையாக வெறுத்தேன். அந்த முயற்சி பயனளிக்கவில்லை.

எப்படியிருந்தாலும் அவரைக் காணப் போவதில்லையென்று தீர்மானித்தேன். பின்னர்

நோயாளியாக வெல்லிங்டன் மருத்துவமனையில் கிடந்தபோது கிருஷ்ணமேனோன் என்னைப் பார்க்க வந்தார். டெல்லியில் எங்களுடைய நண்பர் வட்டத்தில் பல திறமைசாலிகள் இருந்தார்கள். எங்களுடைய விவாதம் வாள் சண்டையைப் போல எல்லா வேளைகளிலும் உருமாறிக் கொண்டிருந்தது. பெயர்பெற்ற பத்திரிகையாளர்களும் கவிஞர்களும் பொருளாதார நிபுணர்களும் கலைஞர்களும் எங்களுக்கு நண்பர்களாக இருந்தார்கள். உலகின் மையம் டெல்லியென்று எங்களுக்குத் தோன்றியது. நடுவில் குழிந்திருக்கும் ஒரு பாத்திரமே உலகம். டெல்லி அதனுடைய மத்தியப்பகுதியென்றும் கனமான கருங்கற்களெல்லாம் அந்தக் குழியில் வந்துசேர்வதாகவும் எனக்குத் தோன்றியது. உலகம் மேடையாகவும் எனக்கு அறிமுகமான உருவங்களெல்லாம் ஒவ்வொரு கதாபாத்திரமாகவும் எனது கண்ணில் உருமாறின. நடைமேடை அதிகரித்துக்கொண்டே இருந்தது. வாழ்க்கையின் பின்னணியில் சட்டென்று இசை உச்சத்தை அடைந்தது . . .

1965ஆம் வருடம் ஏப்ரல் மாதத்தில் மூன்றாவது பிரசவத்திற்காகக் கோழிக்கோட்டுக்குப் போனேன். எனது பிள்ளைகளையும் தாஸேட்டனையும் பிரிந்திருந்ததால் மனம் கொந்தளிப்பாக இருந்தது. டெல்லியும் கோழிக்கோடும் இரண்டு மாறுபட்ட கிரகங்களாக இருந்தன. டெல்லியில் எனது வார்த்தைகளுக்கு எப்போதும் ஒரு ‘கேட்போர் கூட்டம்’ இருந்தது. எப்போதும் எனது ஆளுமைக்கு அங்கீகாரம் கிடைத்து வந்தது. கேரளத்தில் பெண்களின் வார்த்தைகளை ஆண்கள் பொருட்படுத்துவது கிடையாது. மற்ற பெண்களிடம் பிரசவவலியைப் பற்றியும் தங்கநகைகள் பற்றியும் பிறரது தீயநடத்தைப் பற்றியும் பேசிப்பேசி எனக்கு அலுத்துவிட்டது. எனது அறிவாற்றல்மீது துரு படிந்தது. காலையில் கண்விழித்ததும் காரணமின்றி என் கண்கள் நிரம்பி வழிந்தன. பிரசாதமும் அபிஷேகமும் கிடைக்கப்பெற்ற தேவதையைப் போன்றிருந்தவள் நான். எனது ஆலயத்தில் பராமரிப்பு நின்று போனது. பக்தர்கள் வருகை தரவில்லை. தனித்திருந்த சிலையின் இதயம் கண்ணீரால் நனைந்தது.

ஒருநாள் நான்கு மணிக்கு நோவுடன் கண்விழித்தேன். ஜன்னலுக்கு வெளியில் வானம் தெளிவடைந்துகொண்டிருந்தது. மழைக்காலம் வரப்போவதற்கான மென்னறிவிப்புடன் குளிர்ந்த காற்று வீசிக்கொண்டிருந்தது.

எங்களுடைய குடும்ப நண்பரான டாக்டர் விமலா என்னைத் தனது காரிலேற்றி ஐந்து மணிக்கு முன்பாக மருத்துவமனைக்குக் கொண்டு போனார்.

பிரசவவலியை மட்டுப்படுத்துவதற்காகக் காயத்ரி மந்திரத்தை உச்சரித்துக்கொண்டிருந்தேன். சூரியன் வளர்ந்துவளர்ந்து என்னைத் தனது பொன்வாய்க்குள் போட்டு விழுங்குவதாக எனக்குத் தோன்றியது.

எனக்கு அலறுவதற்கான நேரம் கிடைக்கவேயில்லை. சூரியனை நினைத்துக்கொண்டு படுத்துக் கிடக்கும்போது எனது வலதுதொடையை உரசிக்கொண்டு எனது மூன்றாவது மகன் பிறந்தான். அவன் உரக்க அழுதான்.

'நல்ல அழகான ஒரு சின்னக்குழந்தை,' என்றாள் விமலா.

என் அம்மா அவனைத் தூக்கி, எனது மார்பின் அருகில் படுக்க வைத்தாள். நான் அவனை முத்தமிட்டு ஆசீர்வதித்தேன். பின்னர் அவனது காதில் 'ஜெயசூரியா ஜெயசூரியா ஜெயசூரியா' என்று முணுமுணுத்தேன். அதுவே அவனது பெயர்சூட்டுவதற்கான முகூர்த்தமாக அமைந்தது.

அவனுக்கு எட்டு ராத்தல் எடை இருந்தது. ஒரு தேவமகனின் அசாதாரண அழகு அவனுக்கு இருந்தது. புதையல் கிடைக்கப் பெற்ற ஏழையைப் போலப் பிற்பாடு நான் அவனைவிட்டு அகலவில்லை. என்னுடல் களைத்துப்போனது. உறக்கமிழந்த கண்கள் குழியில் ஆழ்ந்துபோயின. நானொரு புதையல் காக்கும் பூதமாகிப் போனேன்.

டெல்லியை விட்டுத் திரும்பிய பிறகு எனது உடல்நிலை மெல்லமெல்லச் சிதைந்துகொண்டிருந்தது. எப்போதும் எனது வயிற்றின் வலதுபக்கத்தில் ஒரு வலியை உணர்ந்தேன். இரவு முழுவதும் இருமிக்கொண்டிருந்தேன். அடிக்கடி வாந்தியெடுத்தேன். வெளியில் செல்லவோ திரைப்படம் பார்க்கவோ உற்சாகம் கொள்ளவோ சற்றும் ஆர்வம் தோன்றவில்லை. நான் நண்பர்களிடமிருந்து விலகிக்கொண்டிருந்தேன். எப்போதும் உடனிருக்கும் ஓர் இளைஞன் என்னிடம் கேட்டான்:

'என்னைப் பிடிக்காம போச்சா?'

'எனக்கு யாரையும் பார்க்கப் பிடிக்கலை' என்றேன். அப்போதும் எனது வலதுகை குழந்தையின் உச்சந்தலையை வருடிக்கொண்டிருந்தது.

'உன்மேல இருந்த அன்பால என்னைக் காதலித்து வந்த பெண்ணை, அழவெச்சுத் திருப்பி அனுப்பிட்டேன். அதனாலதான் இப்படி அனுபவிக்கிறேன்,' என்றான்.

சுவரில் சாய்ந்து, படிக்கட்டுகளில் இறங்கத் தயாராகிக் கொண்டிருந்தான். அவனது கண்ணீரைக் கவனித்த பிறகும் நான் எழவில்லை.

'ஏன் உன் மனசு இப்படி இறுகிப் போனது?' தேம்பியவாறு கேட்டான். அப்போதும் என் மகனின் உச்சந்தலையைப் பாசமாகத் தடவிக்கொண்டிருந்தேன்.

லாரன்ஸ் பான்ரில்மன் என்கிற கவிஞர் அங்கு வருவார். அவரும் நானும் சேர்ந்து சிறிய கிளாஸில் திராட்சை அரிஷ்டத்தை மிதமிஞ்சிக் குடித்தோம்.

'மாதவி, அந்த கேரள ஒயினை எடு,' அவர் சொல்வதுண்டு.

படிப்படியாக எனது நோய் அதிகரித்துக்கொண்டிருந்தது. எனது எடை குறைந்தது. எனது நிறம் கறுக்கத் தொடங்கியது. இறுதியாக வெல்லிங்டன் மருத்துவமனையில் மரணத்திற்காகக் காத்துக்கொண்டிருக்கும் நோயாளியாக மாறினேன். இந்த உலகிலேயே மிகுந்த அன்பிற்குரிய இளம் பெண்ணொருத்தி அதிர்ஷ்டவசமாக என்னுடைய தோழியானாள். பழுப்புநிற நீளமான கூந்தலையும் களங்கமற்ற புன்னகையையும் கொண்ட ஷெர்லி. கட்டிலில் படுக்கவைத்து என் கூந்தலுக்கு சோப்பைப் போட்டுக் கழுவித் தூய்மைப்படுத்தினாள். நோயுற்று மெலிந்து உறைந்த எனது கால்விரல்களை கோல்ட் கிரீம் போட்டுத் தேய்த்தாள்.

எனது அறையின் ஜன்னலிலிருந்து பார்க்கும்போது பிணங்களைப் பாதுகாத்து வைததிருக்கும் பிணவறை தெரியும். ஷெர்லி அதைப் பார்த்துக் கொண்டிருக்கும்போது கேட்டேன்:

'ஷெர்லி, எதைப் பார்த்துக்கிட்டிருக்கே?'

'ஒண்ணுமில்ல. நான் மனுஷங்கள பார்த்துக்கிட்டிருக்கேன். ஆமி தூங்கு,' என்றாள் ஷெர்லி.

அடிக்கடி வெளி வாசலிலிருந்து பிணங்களைக் கீழே இறக்கிக்கொண்டிருக்கும் தருணங்களில், அழுகைச்சத்தம் ஓங்கி ஒலிப்பது கேட்கும். அப்போதும் ஷெர்லி என்னிடம் கூறுவாள்: 'ஒரு குழந்தை வலி தாங்காம அழுதுகிட்டிருக்குது. அந்தக் குழந்தையோட காயத்தை டாக்டர் துணியால கட்டிக்கிட்டிருக்கார். ஆமி தூங்கு.'

'நான் செத்துப் போயிடுவேனா?' நான் ஷெர்லியிடம் கேட்டேன். 'ஷெர்லி நீ என்ன நெனைக்கறே? உண்மையைச் சொல்லு.'

‘ஆமி, நீ சாக மாட்டே. சாகறதுக்கான யோகம் இருந்திருந்தா இத்தனை அழகான கொழந்தையை கடவுள் ஆமிக்குத் தந்திருக்க மாட்டார்’ என்றாள் ஷெர்லி.

என் குழந்தை நடந்து விளையாடுவதைக் காணும் அதிர்ஷ்டமாவது எனக்கு வேண்டுமென்று ஆசைப்பட்டேன். ஒவ்வொரு மூச்சிலும் இறைவனின் திருப்பெயரை உச்சரித்தேன்.

இப்படி, நோய் என்னை அகால முதுமையாக்கி மாற்றியிருந்தது. என்னைக் காண்பதற்காக கிருஷ்ணமேனோன் வந்திருந்தார். வெறுப்பு என்கிற வார்த்தை அவ்வேளையில் அர்த்தமிழந்திருந்தது.

மனிதத் தோற்றத்தை இழந்து, ஒரு சிதைந்த பறவையைப் போன்றிருந்தது என் உடல். கருமைபடர்ந்து, செதில் படிந்த சருமம். எனது குரலும் சன்னமாகிவிட்டிருந்தது. ஷெர்லியின் கணவருடைய அண்ணன் என்னைப் போர்வையால் சுற்றி வாரியெடுத்துப் படிக்கட்டுகளில் ஏறி வந்து படுக்கையில் கிடத்தினார். என்னைக் கண்டதும் என் குழந்தை பயந்து அலறினான். எனது இரண்டாவது மகன் கடுகு எண்ணெயை எடுத்து வந்து எனது பாதச்சருமத்தின் மீது தேய்த்து மென்மையாக்க முயன்றான்.

எனக்கு பூனையைப்போல ஒன்பது பிறவிகள் இருந்தன. நெருப்பில் விழுந்து சாம்பலான பிறகும் மீண்டும் உயிர்ப்புடனும் அழகுடனும் வெளிப்படும் ஃபினிக்ஸ் என்கிற இதிகாசப் பறவையைப்போல மீண்டும்மீண்டும் சாம்பலிலிருந்து உயிர்த்தெழுகிறேன். வாழ்க்கையின் போதையில் மீண்டும் உன்மத்தமாகிறேன். இறைவனின் பெயர்களை உச்சரிக்கும் உதடுகளில் இளம் சிவப்பு வண்ணத்தைத் தீட்டுகிறேன். அவை வார்த்தைகளைத் தேடியெடுக்க இயலாமல் நிலவு வீசும் இரவுகளில் காதல் பாடல்களை இசைக்கின்றன.

26

அன்னா

மருத்துவமனையிலிருந்து திரும்பியதும் மான்நகரிலுள்ள ஒரு வீட்டுக்கு வசிப்பிடத்தை மாற்றினோம். டெல்லியின் கோடைக்கால வெப்பம் உக்கிரமாக இருக்கும். ஆனால் புதிய வீட்டின் வரவேற்பறையில் நாங்கள் பொருத்திய பெரிய *desert cooler* படுக்கையறைகளையும் குளிரூட்டிக் கொண்டிருந்தது. அதனுடைய சக்கரம் சுழலும்போது சிமெண்ட் தொட்டியில் வைக்கப்பட்டிருந்த தண்ணீர் இரைச்சலிட்டு உயருவதையும் சீறுவதையும் கவனித்தவாறு உறங்கச் சென்றோம். கோடைகாலத்திலும் கம்பளிப் போர்வைகளைப் பயன்படுத்த நேர்ந்தது.

சவுத் எக்ஸ்டென்ஷனிலிருந்த வீட்டைக் காலி செய்தபோது அன்பிற்குரிய பலரது நெருக்கத்தை இழந்தோம். பக்கத்து வீட்டுக்காரராக இருந்த பேராசிரியர் தாப்பர் இவர்களில் முதல் நபராக இருந்தார். அவர் மாலைவேளைகளில் எங்களுடைய குறுகலான வராந்தாவில் வந்தமர்ந்து அரசியல் நடப்புகளைப் பற்றிப் பேசிக்கொண்டிருப்பார். அப்போதெல்லாம் என் மகன் ஜெயசூரியா அம்மணமாக அவரது மார்பில் ஒட்டிக் கொண்டிருப்பான். இரண்டாவது நபர், எங்கள் வீட்டின் உரிமையாளரான சுக்ருதாதேவி. அன்பு தவழும் தமக்கையைப் போல என்னிடம் நடந்துகொண்டார்.

மான்நகரில் வசிக்கத் தொடங்கியதும் எனது வாழ்க்கை மகிழ்ச்சி நிறைந்ததாக மாறியது. எங்கள் வீட்டின் முன்பகுதியில் ஒரு புல்வெளியும் அதில் பூச்செடிகளும் இருந்தன. வீட்டை விட்டு வெளியே

வந்து சாலையைக் கடந்தால் அழகான லோடி பூங்காவை அடையலாம். இப்ராகிம் லோடியினுடையதும் சிக்கந்தர் லோடியினுடையதும் கல்லறைகளைத் தவிர அங்கு ஒரு சிறிய நீர்நிலையும் நிறைய பழமரங்களும் இருந்தன. நானும் எனது குழந்தைகளும் அவ்வப்போது அங்கு சென்று மரநிழலில் இளைப்பாறுவோம். என் மகன் பிரியதர்சன் நிலத்தில் விழுந்து கிடக்கும் சிவப்புக் காய்களைப் பொறுக்கியெடுத்துத் தனது ஜேபிகளில் சேமித்து வைப்பான்.

எனது நெருங்கிய நண்பரான கார்லோ அச்சமயத்தில் டெல்லிக்கு வந்தார். திபெத்தியர்கள் பித்தளைச் சாமான்களையும் மணிமாலைகளையும் அடுக்கிவைத்து விற்பனை செய்து கொண்டிருந்த நடைபாதையின் பின்புறம் அவர் தங்கியிருந்த விடுதி இருந்தது. மதிலின் அருகில் உயரமான மரங்கள் காவலர்களைப் போல நின்றுகொண்டிருந்தன. எங்களுடைய சில நண்பர்கள் டெல்லிக்கு வரும்போது அந்த விடுதியில் தங்குவது வழக்கம். ஆகவே அங்கு யாருடைய அழைப்பை ஏற்று உணவருந்தச் செல்கிறேன் என்று வீட்டிலிருப்பவர்களுக்கு உறுதி யில்லை. ஐம்பது வயதைக் கடந்த எவருடனும் உணவருந்த தாஸேட்டன் எனக்கு அனுமதி வழங்கியிருந்தார். ஆனால், நாற்பது வயதைத் தாண்டாத எனது நண்பனின் அறையை நோக்கி வாழ்க்கையைப் பற்றிய பல முறைப்பாடுகளுடன் சென்றேன்.

'எனக்கு அலுத்துப் போய்விட்டது ... எனது பரிசுத்தத்தைத் தொலைத்துவிட்டேன்,' நானொருமுறை கூறினேன். கார்லோ என் முகத்தைத் தனது உள்ளங்கைகளுக்குள் தாங்கியவாறு புன்னகைத்தார்.

'என் கிறுக்குச் செல்லமே, பரிசுத்தம் என்பது ஒருவர் பிறக்கும்போது வந்து சேர்வதோ பின்னர் தொப்புள்கொடியைப் போல இழந்துவிடக்கூடியதோ அல்ல. பரிசுத்தம் என்பது ஒருவர் தன்னுடைய வாழ்க்கையுடன் பெறக்கூடிய மானசீகமான ஓர் அழகாகும். நீ பரிசுத்தத்தை மீண்டும்மீண்டும் பொறுக்கியெடுத்துச் சேமிக்கிறாய். நீ இவ்விதமாக இல்லாதிருந்தால் உன்னைத்தேடி இங்கு வந்திருப்பேனா?' என்றார் கார்லோ.

கார்லோ வாடகைக்கு எடுத்திருந்த ஃப்ளாட்டின் பெரிய வராந்தாவில், ஒரு நீளமான சோஃபாவில் அவரது உடல்மீது சாய்ந்து படுத்தவாறுஅந்த மத்தியான வேளையில் உறங்கினேன். அந்நாட்களில் அவரது வியர்வையின் கந்தகமணம் எனது ஆடைகளில் தங்கியிருந்தது. இருப்பினும் எங்களிடையே எந்தவிதமான காம வேட்கையும் எழவில்லை. கார்லோ காவியுடையில் அழகியதோற்றத்தில் காட்சியளிப்பாரென்று

பலமுறை தோன்றியதுண்டு. காரணம், கார்லோ முழுவதும் ஆத்மாவாக மாறியிருந்தார். ஆன்மீக விஷயங்களில் மிகுந்த ஆர்வத்தைக் காட்டினார். பெண்ணை அன்னை வடிவமாகக் காண்பவர். இருப்பினும் நான் தேடிக்கொண்டே இருந்தேன். எனது ஆதர்சக் காதலனை, மதுராவுக்குப் போய் ராதையை மறந்த கொடியமனம் படைத்தவனை, நிஜத்தில் ஆண்மனத்தில் லயித்துக்கிடக்கும் கொடூரத்தையே தேடிக்கொண்டிருந்தேன். இல்லாவிட்டால், முழு சுதந்திரத்தை வழங்கிய தாஸேட்டனையும் அறிவாளியும் நடுத்தரவயதை எட்டிய வேறொரு காதலனையும் என்னை உயிரின் அருகில் வைத்திருந்த கார்லோவினுடைய கைகளையும் உதறித் தள்ளிவிட்டு எதற்காக உலகத்தின் சகல மூலைகளையும் அன்புக்காகத் துழாவிக்கொண்டிருக்கிறேன்? ரகசியமாக, எனது அகங்காரத்தின் மரணத்தையே விரும்பினேன். எனது கழுத்தில் வாளை வீழ்த்தத் தயாராக நிற்கும் கொலையாளியைத் தேடிக்கொண்டிருந்தேன். என்னை நேசித்துக் கொண்டிருந்தவர்களுக்கு இது புரியவில்லை.

என்னைக் காதலித்து வந்த பொருளாதார நிபுணர் கூறினார்:

‘ஆமி, கொஞ்சம் ஜின் குடி. உனது நரம்புகளின் களைப்பு நீங்கட்டும்.’ நோயுற்ற பிறகு எனது கல்லீரல் முற்றிலும் பழுதடைந்து விட்டது. ஆகவே மதுவை முழுவதுமாக நிராகரித்தேன். அறையில் அங்குமிங்குமாக உலாவினேன். ‘கூண்டில் சிக்கிய வெருகுப்பூனையைப்போல ஆயிட்டே நீ,’ என்றார் அவர்.

‘நீ வழக்கத்தைப்போல நிம்மதியில்லாம இருக்கறே,’ என்றார் தாஸேட்டன்.

‘என்னுடன் வந்துவிடு உன்னைப் புரிந்துகொள்ள என்னால் மட்டும்தான் முடியும்,’ என்றார் கார்லோ.

அக்காலத்தில் மாதவிடாய் வேளையில் எனக்குக் கட்டுப்படுத்த முடியாத ரத்தப்போக்கு ஏற்படும். சிலநாட்களில் காலைநேரத்தில் படுக்கையை விட்டு எழும்போது படுக்கைவிரிப்பு ரத்தத்தில் ஊறிப்போயிருக்கும். பலதடவை தாஸேட்டன் அதையெடுத்து மற்றவர்களுக்குத் தெரியாமல் துவைத்துச் சுத்தப்படுத்துவார். எனது உதடுகள் வெளிறத் தொடங்கின.

ஒருநாள் காலையில் புற்தரையில் மல்லாந்து படுத்துப் பேசிக்கொண்டிருந்தபோது என் மூத்தபையன் மோனு என்னிடம் கூறினான்:

‘அம்மா, எனக்கு ஒரு கேர்ள் ஃபிரெண்ட் தேவைப்படுறா. அழகும் அறிவும் இருக்கற பெண். ஒரு இளம்பெண்கூட நடக்கணும்னு இப்போ கொஞ்ச நாளா ஆசையா இருக்குது.

இது இந்த வயதில் இயல்பானதா? எப்படியானாலும் அம்மா எனக்காக அப்படிப்பட்ட பெண்ணைக் கண்டுபிடிச்சுத் தரணும்.'

அவனது வேண்டுகோள் என்னை வியப்பில் ஆழ்த்த வில்லை. அவன் எதையும் என்னிடம் மறைத்து வைக்கமாட்டான். எங்களுக்குள் அதிகமான வயது வித்தியாசம் இல்லை.

'உன்னோட பார்வையில அழகுங்கறது என்ன?' நான் கேட்டேன்.

'பொன்னிறக் கூந்தல், சிவந்த உதடுகள், செழிப்பான உடம்பு,' என்றான் அவன்.

மறுநாள் எனது பிரார்த்தனையின் பலன் என்பதைப்போல எனது கதவுப்படியில் நிலவின் நிறத்தைக்கொண்ட கூந்தலையும் சாம்பல்நிறக் கண்களையும் கொண்ட பெண்ணொருத்தி தோன்றினாள். எனது வீட்டுக்கு அவ்வப்போது வந்துபோகும் ஒரு கல்லூரி மாணவி, இந்த அழகியை எனக்கு அறிமுகப்படுத்தினாள்.

'இவதான் ஜெர்மனியிலிருந்து வந்திருக்கற அன்னா.'

அன்னாவுடன் அவளை அறிமுகப்படுத்தியவளைத் தவிர நான்கு மாணவிகள் இருந்தார்கள். நானும் தாஸேட்டனும் பம்பாயிலிருந்து வந்த ஒரு குடும்ப நண்பரின் அழைப்பை ஏற்று அன்றைய மதிய உணவுக்காக அசோகா ஹோட்டலுக்குப் புறப்பட்டுக்கொண்டிருந்தோம். ஆகவே அந்தப் பெண்களை உபசரிக்கும் பொறுப்பை என் மூத்த மகனிடம் ஒப்படைத்து விட்டுக் கிளம்பினோம்.

நாங்கள் மூன்று மணிக்குத் திரும்பி வந்த பிறகும் அவர்கள் அனைவரும் உணவு மேசையைச் சுற்றிலும் அமர்ந்து வெண்ணெய் தோய்த்த ரொட்டியையும் பச்சைக் காய்கறியையும் சோற்றையும் குழம்பையும் சாப்பிட்டுக்கொண்டிருந்தார்கள். என் மகனின் அருகில் அன்னா அமர்ந்திருந்தாள்.

அன்றுமுதல் அவள் எங்கள் வீட்டுக்கு தினமும் வந்துபோகும் விருந்தாளி ஆனாள். மோனுவின் விடுமுறை நாட்கள் தொடங்கிவிட்டன. ஆகவே காலை பத்துமணிக்குப் பிறகு ஒரு பச்சைநிறக் கம்பளிச்சட்டையை அணிந்து அவனும் அன்னாவும் நடக்கக் கிளம்புவார்கள். குளிர்கால டெல்லியின் வெயில் மிகவும் இதமாக இருக்கும். அதில் நடப்பதை எல்லோரும் விரும்பினோம். எங்கள் வீட்டிலிருந்து அரை ஃபர்லாங் தூரத்தில் சாலையின் இருபுறமும் கான்மார்கெட் என்கிற விற்பனை ஸ்தலம் இருந்தது. அவ்விடத்திற்கு எனது சிறிய குழந்தையைத் தூக்கிச் செல்வேன். சிலசமயம் அவன் புல் தரையில் சிரித்தபடி ஓடுவான். ஓட்டம் நின்றவுடன் கட்டுப்பாட்டை இழந்து கீழே விழுவான். கான்மார்க்கெட்டிலிருந்து நானும் எனது

குழந்தைகளும் தினமும் ஐஸ்கிரீம் வாங்கிச் சாப்பிடுவோம். வீட்டில் எவ்வளவு ஐஸ்கிரீமைத் தயாரித்து வைத்தாலும் குச்சியில் பொருத்தப்பட்ட ஐஸ்கிரீமை நக்கித் தின்பதையே குழந்தைகள் விரும்பினார்கள். கான்மார்க்கெட்டில் எனக்கு மிகவும் பிடித்தமான ஒரு கடை, 'ஃபக்கீர்சந்த்ஸ்' என்ற பெயரைக் கொண்ட புத்தகக்கடையாகும். அங்கு சென்று அமர்ந்து புத்தகங்களின் பக்கங்களைப் புரட்டியவாறு நற்குணம் படைத்த கடை உரிமையாளரிடம் பேசிக்கொண்டிருப்பது எனக்கு ஓய்வைத் தரும் ஒரு பொழுதுபோக்காகும். ஒருமுறை என்னுடைய அப்பா எங்களைப் பார்க்க வந்தபோது வாக்கிங் ஸ்டிக் வேண்டுமென்றார். நான் கான்மார்கெட்டிலிருந்த எல்லாக் கடைகளிலும் ஏறி இறங்கினேன். பின்னர் எனது பிரச்சினையை 'ஃபக்கீர்சந்த்ஸ்' நண்பரிடம் கூறியபோது தனது வீட்டிலிருந்து ஒரு தடியை உடனடியாக எடுத்துவந்து எனக்குப் பரிசளித்தார்.

மதிய உணவுக்குப் பிறகு அன்னாவும் மோனுவும் மொட்டைமாடியில் போய் அமர்ந்தார்கள். நான்கு மணிக்கு நான் தேநீர் தயாரித்து அவர்களைக் கூப்பிடும்வரை. அன்னா தனது குடும்ப நண்பர்களுடன் ஒரு வாரப் பயணமாகக் கல்கத்தாவுக்குப் போகவிருப்பதாகக் கூறியபோது மோனுவும் கல்கத்தாவுக்குப் போக வேண்டுமென்று அடம்பிடித்தான். இந்த நட்பை தாஸேட்டன் சற்றும் விரும்பவில்லை. 'நீ குழந்தைகளை நாசப்படுத்தற' என்றார். 'வேறு எந்தப் பதினான்கு வயதுப் பையன் பகிரங்கமாக இப்படிப்பட்ட ஒரு காதலுடன் திரிவான், இதையெல்லாம் நீதான் ஊக்கப்படுத்தற.'

கல்கத்தாவுக்குப் போகக்கூடாது என்றும் அதற்கான பணத்தைத் தரப்போவதில்லை என்றும் தாஸேட்டன் உறுதியாகக் கூறினார். ஆனால், தனது பழைய கதைப் புத்தகங்களையெல்லாம் எடுத்துப்போய் விற்று டிக்கெட்டுக்கான பணத்தைச் சேர்த்தான். மனித வாழ்க்கை துன்பம் நிறைந்ததென்றும் அதில் இத்தகைய சில அழகுகள் மட்டுமே விலைமதிப்பற்ற நினைவுகளாக எஞ்சியிருக்கும் என்றும் தாஸேட்டனிடம் சொன்னேன். கல்கத்தாவுக்கான வண்டியில் நெரிசல்மிக்க மூன்றாம் வகுப்பில் ஏறியமர்ந்து மகிழ்ச்சியுடன் பயணமானான் மோனு. அன்னா அதற்குள்ளாக விமானத்தில் சென்றுவிட்டாள்.

மோனு படுக்கையையோ போர்வையையோ எடுத்துச் செல்லவில்லை. குளிரைத் தாங்கமுடியாமல் ஒரு சிகரெட்டை வாங்கிப் புகைத்ததாகப் பிற்பாடு என்னிடம் கூறினான். காதலைக் கடும்தவமாகக் கருதும் நான் அந்நிமிடத்தில் அவனைப்பற்றிப் பெருமிதம்கொண்டேன்.

மோனு அன்னா ஆகியோரின் நட்பு விரைவில் முடிவடைந்தது. தனது படிப்பைத் தொடர்வதற்காக அன்னா ஜெர்மனிக்குக் கிளம்பிச் சென்றாள்.

விரைவிலேயே தாஸேட்டன் பம்பாய்க்குப் பணிமாற்றம் பெற்றார். ஒருமாதம் ஊரில் ஓய்வெடுத்த பிறகு நாங்கள் பம்பாயின் கடெல் சாலையில் எங்களுக்காக வங்கி நிர்வாகம் ஆயத்தப்படுத்தியிருந்த வீட்டுக்கு வந்துசேர்ந்தோம். வீட்டின் எல்லா ஜன்னல் கதவுகளும் உடைந்திருந்தன. ஆகவே கடலிலிருந்து வீசும் பலத்தகாற்று எங்களுடைய படுக்கை விரிப்புகளைப் பறக்கடித்தது. மேசை மீதிருந்த சாமான்களை உருட்டியது. குழந்தையை அச்சுறுத்தி அழ வைத்தது.

அந்தக் காலகட்டத்தில் என் உடல்நிலை மிகவும் மோசமடைந்தது. ஆகவே பக்கத்து வீடுகளுக்குப் போவதையும் ஷாப்பிங் போவதையும் தவிர்த்தேன். எனது குழந்தையை மடிமேல் உட்கார வைத்துச் சிந்தனைகளில் மூழ்கிப் பொழுதைக் கழித்தேன். இரவுவேளையின் கடல் ஆர்ப்பரிப்பு எனது உறக்கத்தை முழுவதுமாகக் கெடுத்தது. அந்த வீட்டில் காய்ச்சல் பாதித்ததைப்போல அமைதியிழந்தேன். இரவில் கவிதைகள் எழுதினேன். அதிகாலை ஐந்துமணிக்குப் பால்காரனின் சைக்கிள் மணியோசை வாசற்படியில் ஒலிக்கும்போது காகிதத்தை ஒதுக்கி வைத்துவிட்டுத் தாஸேட்டனின் அருகில் செல்வேன். இருப்பினும் உறக்கம் வரவில்லை. எனக்குச் சித்தப்பிரமை பாதித்திருப்பதாக அஞ்சினேன்.

எங்களுடைய வீட்டுமுற்றம் முடிவடையும் இடத்தில் ஒரு கருங்கல் மதில் அமைந்திருந்தது. கடல் கொந்தளிக்கும் போது அதன்மீது ராட்சத அலைகள் வந்து மோதுவதுண்டு. கடல் அமைதியடையும்போது மதிலுக்கு அப்பால் ஈரமணல் தென்படும். அங்கு மாலைவேளையில் காதலர்கள் இணைசேர்ந்தார்கள். போக்கிரிப்பயல்கள்அவர்களைப் பார்த்து ஏளனக்குரலை எழுப்புவார்கள். குடிகாரர்கள் பகல்வெளிச்சத்தில் கடற்கரையிலுள்ள மரத்தடியில் உணர்விழந்து படுத்து உறங்கினார்கள். சில கஜங்களுக்கு அப்பால் ஏழைகளைத் தகனம் செய்யும் சுடுகாடு இருந்தது. விலைமலிவான மஞ்சள்பூக்களை அணிவித்துக் கயிற்றுக்கட்டிலில் கிடத்தப்பட்ட பிணங்களை உறவினர்கள் தாங்கிச் செல்வதைப் பலமுறை பார்த்திருக்கிறேன். மணலில் நடக்கும்போது அடிக்கடி அந்த நோஞ்சான் கால்களின் தாளம் தப்பிக்கொண்டிருந்தது.

அந்தக் கோடைக்காலத்தில் மரணத்தின் மணம், உடைந்த ஜன்னல் கதவுகளின் ஊடாக எங்களுடைய படுக்கையறையை எட்டும்.

27

பிறவிகள் என்கிற கண்ணாடிகள்

மூன்று மாதங்கள் கடெல் சாலையிலிருந்த வீட்டில் வசித்தோம். பின்னர் நகரத்தின் நடுவில் சசிவாலயத்தின் பின்புறத்தில் அமைந்திருந்த ஒரு ஏழடுக்குக் கட்டடத்திற்கு வசிப்பிடத்தை மாற்றினோம். சிந்தாமணி தேஷ்முக்கின் தம்பியும் அவரது மனைவியும் திரு. எம்.ஜி. மேனோனும் அவரது மனைவியும் எங்கள் அண்டை வீட்டார்களாக இருந்தார்கள். பகல்வேளைகளில் மேனோனின் மனைவி வத்ஸலாவுடனும் மாலைவேளைகளில் தேஷ்முக்கின் மனைவியுடனும் உரையாடியும் சிரித்தும் நாட்களைக் கழித்தேன். வத்ஸலா ஒவ்வொரு வாரமும் மகாலட்சுமி கோயிலுக்குச் செல்வார். ஒருமுறைகூட வத்ஸலாவைப் பின்தொடர மனம் வரவில்லை. அன்றெல்லாம் பக்திக்காக நேரத்தை ஒதுக்கிவைக்கவில்லை. அன்று எங்களின் பெரும்பாலான நண்பர்கள் இறைவழிபாடு என்பது ஒருவகையான மூடநம்பிக்கை என்கிற கருத்தைக் கொண்டவர்களாக இருந்தார்கள்.

அச்சமயத்தில் நான் ஜுரம் பாதித்துப் படுக்கையில் விழுந்துவிட்டேன். அக்டோபர் நான்காம் தேதி ஜுரம் தொடங்கியது. அன்று நாங்கள் மிகவும் நேசிக்கும் நண்பர் ஒருவரின் 60ஆம் பிறந்தநாள். அவரது நீண்ட ஆயுளுக்காக வாழ்த்திவிட்டுத் தற்போதைக்கு நாம் மது அருந்தலாம் என்றார் தேஷ்முக். நான் மது அருந்துவதில்லை என்று முடிவெடுத்திருந்தேன். மது அருந்தினால் கல்லீரல் நோய் தீவிரமடையும் என்பதை நானறிவேன். இருப்பினும் நண்பர்கள் கட்டாயப்படுத்தி ஒரு ஜிம்லெட்டை அருந்த வைத்தார்கள். உடனடியாகத் தலைசுற்றுவதை உணர்ந்தேன். கடுமையான ஜுரமும்

அர்த்தமற்ற பிதற்றல்களும் தாஸேட்டனை அச்சுறுத்தின. விரைந்து வந்த மருத்துவர் எனக்கு ஒரு பென்சிலின் ஊசியைச் செலுத்தினார். ஜுரம் என்னைவிட்டு அகலவில்லை. மறுநாள் புதிய புத்தகங்கள் சிதறிக்கிடந்த படுக்கையில் படுத்து விருந்தினர்களை வரவேற்றேன். கவிஞர் நிஸிம் எசக்கியேல் எனது அறையில் அமர்ந்து புத்தகங்களைப் படித்துக்கொண்டிருந்தார். வேலையாள் எனக்காக எடுத்துவந்த சாத்துக்குடிப் பானத்தின் பாதியை நிஸிம் பருகினார். பத்து நாட்களுக்குப் பிறகு மருத்துவர்களின் அறிவுறுத்தலின் பேரில் என்னை மருத்துவமனைக்குக் கொண்டு போனார்கள். எனது மூளைக்குள் ஒரு தீப்பந்தத்தை எரிய வைத்திருப்பதைப்போல உணர்ந்தேன். இனி வீட்டுக்குத் திரும்ப முடியுமா என்கிற கேள்வி எனது நாக்கில் தங்கியிருந்தது. விடைபெறலுக்கு ஆயத்தமான எனது தைரியத்தைக் குழந்தைகளின் கண்ணீர் அணைத்துவிட்டது.

எனது தம்பி டாக்டர் சியாம்சுந்தரும் தங்கை டாக்டர் சுலோசனாவும் விடுப்பு எடுத்துக்கொண்டு பம்பாய்க்கு வந்தார்கள். எனது தோழி வத்ஸலா தினமும் என்னருகில் அமர்ந்து இறைநாமங்களைச் சொல்லிக்கொண்டிருந்தாள். நான் குருவாயூரப்பனை மனத்தில் வணங்கிக் கண்ணீர்விட்டேன். மரணத்தைக் கண்டு அஞ்சினேன். மீண்டும் இவ்வுலகில் வாழ்வதற்கான காலாவதியை நீட்டித்துத் தருமாறு இறைவனிடம் மன்றாடினேன். அறுவைசிகிச்சை இல்லாமல் நோயிலிருந்து குணம்பெற்று மருத்துவமனையிலிருந்து திரும்பினேன்.

எனது தங்கை எனக்கு லலிதா ஸஹஸ்ரநாமத்தைக் கற்றுத் தந்தாள். தினமும் காலையில் குளித்து முடித்ததும் படுக்கையில் மல்லாந்து படுத்தபடி அதைச் சொன்னேன். அந்த நாட்களில் எனக்கு ஏற்பட்ட களைப்பு கடுமையாக இருந்தது. தானாகவே கூந்தலை வாருவதற்கான வலிமைகூட எனக்கில்லை. லலிதாவை ஓர் தமக்கையைப்போலக் கருதினேன். அவள் எப்போதும் என்னருகில் இருக்க வேண்டுமென்று விரும்பினேன். இந்து மதத்தின் மீது முழு நம்பிக்கையைக் கொண்ட ஒருவர் ஆதரவற்றவராக மாட்டார். ஏனெனில் அவர் என்றும் ஒரு கூட்டுக்குடும்பத்தில் வாழ்ந்துகொண்டிருக்கிறார். சிவன், பார்வதி, கணபதி, சுப்ரமணியன், கிருஷ்ணன், பகவதி, பிரம்மன், சரஸ்வதி... இப்படி நீளும் அந்தப் பட்டியலில் இருந்து அவர் அண்ணன்களையும் அன்னைகளையும் தாய்மாமன்களையும் தமக்கைகளையும் தத்தெடுத்துக்கொள்ள முடியும். லலிதா என் உடன்பிறந்தவளானதும் என்னுடைய தன்னம்பிக்கை பெருகியது. நடந்து செல்லும்போது என் பின்னால் அவளது புடவை சரசரப்பதைக் கேட்டேன். அவளது சிரிப்பு சிறு அலைகளாக என்மீது கவிந்தது.

அக்காலத்தில் செல்வந்தரும் பிரமுகருமாக விளங்கிய ஒருவரை அவ்வப்போது சந்தித்துக்கொண்டிருந்தேன். அவரை நான் 'ராஜா' என்று அழைக்கிறேன். ராஜா என்பது, ஒரு தனிப்பட்ட மனநிலையாகும். அதுவன்றி அவரது தலையில் மகுடமோ அவருக்குச் சொந்தமான ஒரு நாடோ இல்லை. நெற்றிப் புருவங்களுக்கிடையில் ஒரு தீற்றலாகப் பச்சை குத்தப்பட்டிருக்கும். பச்சைப்பொட்டும் ஐஸ்வரியமும் கொண்ட அம்முகம் எப்போதும் என் மனத்தை அலைக்கழித்துக் கொண்டிருந்தது.

ராஜாவுக்கும் எனக்குமான உறவு என்று தொடங்கியது எனக் கேட்டால் அதற்குரிய விடையளிக்கத் திணறுவேன். ஏனெனில், ராஜாவைத் தேடிப் பல நகரங்களில் வழிதவறிச் சென்றடைந்திருக்கிறேன்.

அவரது உடல் தாளமாகவும் என்னுடைய உடல் லயமாகவும் இருந்தது. தவழ்ந்து வந்து கடலில் லயித்த நதியை அந்த நீலநிறத்திலிருந்து பின்னர் எப்படி வேறுபடுத்த இயலும்? அது சாத்தியமில்லை. அமைதிபெற்ற என்னை ராஜாவின் மார்பிலிருந்து பறித்தெடுத்து அகற்றிவைக்க யாராலும் இயலவில்லை. ஆனால், சிலசமயம் அவர் சொல்வார்: 'எழுந்திரு அன்பே, எனக்கு ஏழரை மணிக்கு ஓரிடத்திற்குப் போக வேண்டியிருக்கிறது.'

சிலசமயம் அவர் தனது காரிலேயே என்னை வீட்டுக்குக் கொண்டுவந்து விடுவார். ஆனால், தனது அண்டை வீட்டார் என்னைப் பார்க்கக்கூடாது என்பதில் தனிக்கவனம் செலுத்துவார். இதையொரு பொருளற்ற நடவடிக்கையாகவே கருதினேன். எதார்த்தத்தில் நான்தானே அவரது பெண். பல பிறவிகள் அவரைத் தேடியலைந்த காதலி. அவரை நெருங்கியபோது பெருமிதம் கொண்டேன். பதிவிரதையானேன். பிறவிப்பயனைப் பெற்றவளானேன்.

ஒருமுறை அந்தக் கட்டடத்தின் அருகிலிருந்த மதிலில் சாய்ந்து அமர்ந்திருந்த ஒரு மூதாட்டி என்னிடம் கூறினாள்: 'மேம்சாஹிப். நீங்க அந்த எடத்துக்குப் போகாதீங்க. அங்க போறது ஆபத்தானது.' ராஜாவுக்கு ஏழைகளின் மத்தியில் எந்தவித நற்பெயரும் கிடையாது. ஆனால், அவரெதிரில் போய் நின்று அவரை விமர்சிக்க யாருக்கும் தைரியமில்லை.

வாரத்தில் ஓரிருமுறை ஒரு மணப்பெண்ணின் ஆடை யலங்காரங்களுடன் அவரைச் சந்திக்கப் போனேன். ஓய்வறையின் கதவு சாத்தப்படும்போது அவர் தாகம் நிறைந்த உதடுகளுடன் என்னை ஓயாமல் முத்தமிடுவார். அந்த அறையில் மாட்டப் பட்டிருந்த பல கண்ணாடிகளில் எங்கள் முத்தம் பிரதிபலித்தது.